CONVERSATIONAL TAGALOG DIALOGUES

Over 100 Tagalog Conversations and Short Stories

Conversational Tagalog Dual Language Books

www.LingoMastery.com

ISBN: 978-1-951949-48-8

Copyright © 2021 by Lingo Mastery

CONTENTS

INTRODUCTION

Why do you want to speak Tagalog?

You've probably been asked this question quite a few times. Admittedly, Tagalog is not a popular choice among many language learners. When we talk about Asian languages, a majority of language enthusiasts would lean towards Japanese, Chinese, or Korean. However, there is a growing number of people who are now discovering the beauty of the Tagalog language. And that includes you, our lovely reader. Whether you want to visit the Philippines anytime soon, or you are just fueled by pure interest, you made a great choice of purchasing this book.

This book is made for Tagalog learners who are tired of reading boring language books. Gone are the days of sticking to rigid courses which are only intended for robotic memorization with no deep cultural understanding. If there is one important thing that we can impart, it's that language learning goes beyond memorizing vocabulary – especially in Tagalog. You also have to know *how*, *when*, and *why* certain expressions are used.

This is precisely why we made this book for you. We carefully curated useful dialogues that reflect the everyday life of Tagalog native speakers. We want you to be able to use these expressions beyond your language practice sessions. These dialogues that you are about to read are made *of,* and *for* real life.

What this book is about and how it works:

A stunning number of 105 conversations.

This book is made of high-quality dialogues that are written both in Tagalog and English, meticulously chosen to help you quickstart your journey to Tagalog fluency. These are not just random conversations. This book is a collection of the top important situations where fluency in the language is most needed.

Each chapter introduces a unique setting. These are foreseen everyday situations that you will certainly find yourself in, sooner or later. From simply ordering dinner, calling in sick at work, to even having your first date, we got everything covered!

Reading the dialogues side by side is recommended. If you want to maximize your understanding of each conversation, try to cross-reference the Tagalog expressions with their English counterparts. List some newly encountered words and compare them with their English pairs. As you follow the stories, it is absolutely okay going back and forth from Tagalog to English. Take your time absorbing each chapter, until you can read the Tagalog dialogues on their own.

How was this book created?

Everything about this book is natural. Dialogues are written as if they are happening right in front of you. These are not textbook conversations. They invoke emotions to make our readers relate to the life experiences laid out on every page.

This is why we want to remind you not to take these dialogues word for word. It is better to look at them on a phrasal level. Trying to deconstruct each expression into separate words will only leave you confused – especially with idioms! So, channel the linguist in you and discover their meanings beyond the surface.

Tips and recommendations for readers of Conversational Tagalog Dialogues:

It is not enough that you browse through these dialogues once in a while. What you need to do is smart reading. Create strategies that you feel will work for you – your schedule, skills, and interests.

1. **Create a list of new vocabulary.**

   The first thing you need to do is write down a separate list of unfamiliar words you encounter in each chapter. It is better to have a handy dictionary with you, or you can just look it up on the internet! Since the conversations are not translated word for word, doing your bit of some research will extremely help your journey to Tagalog fluency. If you have Filipino friends, don't be afraid to ask them what a certain word means!

2. **Find a language partner.**

   Having a language partner is vital when it comes to language acquisition. You cannot just rely on reading and repeating these expressions. You have to be able to practice them in an actual conversation. A language partner will help you achieve maximum absorption of the meanings behind these utterances. They can also point out your mistakes, which will help you become a better Tagalog speaker.

3. **Write your own dialogues.**

   This may seem difficult at first, but personalizing each chapter will be a great help to you. What does this mean? Once you are done with one dialogue, challenge yourself to write your own version of it. Of course, it doesn't have to be perfect. This is just training to see if you've fully absorbed its gist. You can change the name of the places, the attitude of the characters, or even the conflicts involved. Make it more relatable to your life!

4. **Continue to the 106th dialogue.**

   If you are done studying all 105 conversations in this book, don't hesitate to look out for more! Sustain your momentum. Nothing beats consistency when it comes to language learning. Thankfully, there are a lot of Tagalog materials available for you too!

Now that we are done with the tips and whatnots, it's time to start your Tagalog lessons with this book. Read, absorb, and, most importantly, don't forget to have fun! You are well on your way to becoming a fluent Tagalog speaker!

AUTHOR'S NOTE: With its rich history, the Philippines has become a cultural melting pot over the years. This amalgamation of cultures is now heavily reflected in their language. When you converse with the natives, you will observe the frequent use of loanwords, mainly from English and Spanish. In a natural setting, most Filipinos will tell you the time, the price, and the temperature in English. There are also various concepts that don't have a Tagalog counterpart.

All these linguistic nuances are part of learning Tagalog. Don't be too surprised when you meet your Filipino friends, and half of their everyday speech are loan words! That is just language diversity at work.

As for this book, we still made sure that it will serve as your ultimate guide to learning Tagalog. With the exception of some non-negotiable terms, the dialogues you will read are written in the most natural and purest form of Tagalog. Enjoy!

FREE BOOK!

Free Book Reveals The 6 Step Blueprint That Took Students
From Language Learners To Fluent In 3 Months

One last thing before we start. If you haven't already, head over to LingoMastery.com/hacks and grab a copy of our free Lingo Hacks book that will teach you the important secrets that you need to know to become fluent in a language as fast as possible. Again, you can find the free book over at LingoMastery.com/hacks.

Now, without further ado, enjoy the book!

Good luck, reader!

1

PAG-ORDER NG HAPUNAN - ORDERING DINNER (A1)

Waiter: Hi, kumusta po?

Amira: Mabuti naman. Ikaw?

Waiter: Mabuti din po. Salamat sa pagtatanong. Ano pong gusto n'yong inumin?

Amira: Tubig lang ako, please.

Waiter: Okay po, heto ang menu. Babalik po ako dala ang tubig n'yo.

Amira: Salamat.

Waiter: Heto po. May order na po kayo?

Amira: Wala pa. Sandali lang.

Waiter: Wala pong problema. Take your time po.

(Makalipas ang tatlong minuto ...)

Waiter: Kailangan n'yo pa po ba ng oras?

Amira: Hindi na, okay na ako.

Waiter: Okay po. Ano pong order n'yo?

Amira: Puwede ba itong spring greens salad with chicken?

Waiter: Opo. May soup na pong kasama ang salad. Gusto n'yo po ba ng creamy tomato o minestrone?

Amira: Uhm, creamy tomato.

Waiter: Okay po. Meron pa po ba kayong ibang gusto?

Amira: Wala na, iyan lang.

Waiter: Okay po!

(Makalipas ang limang minuto ...)

Waiter: Okay, heto na po ang soup at salad n'yo.

Amira: Salamat.

Waiter: Walang anuman po. Tawagin n'yolang po ako kapag may kailangan pa kayo.

Amira: Okay.

(Makalipas ang labinlimang minuto ...)

Waiter: Tapos na po kayo sa pagkain n'yo?

Amira: Oo.

Waiter: Gusto n'yopo bang makita ang dessert menu?

Amira: Hindi na, salamat. 'Yung bill na lang.

Waiter: Okay po. Heto po.

Amira: Salamat!

ORDERING DINNER

Waiter: Hi, how are you?

Amira: I'm good, thanks. How are you?

Waiter: I'm great. Thanks for asking. What would you like to drink?

Amira: Just water, please.

Waiter: Okay. Here is the menu. I'll be right back with your water.

Amira: Thanks.

Waiter: Here you go. Are you ready to order?

Amira: No, I need a couple more minutes.

Waiter: No problem. Take your time.

(Three minutes later...)

Waiter: Do you need more time?

Amira: No, I'm ready.

Waiter: Perfect. What would you like?

Amira: Can I have the spring greens salad with chicken?

Waiter: Sure. The salad comes with a soup. Would you like creamy tomato or minestrone?

Amira: Umm, creamy tomato.

Waiter: Good choice. Would you like anything else?

Amira: No, that's it.

Waiter: Great!

(Five minutes later...)

Waiter: All right, here is your soup and salad.

Amira: Thank you.

Waiter: No problem. Let me know if you need anything else.

Amira: Okay.

(Fifteen minutes later...)

Waiter: Are you done with your meal?

Amira: Yep!

Waiter: Would you like to see the dessert menu?

Amira: No, thanks. Just the check, please.

Waiter: Of course. Here it is.

Amira: Thank you!

2

MGA FLAVOR NG ICE CREAM - ICE CREAM FLAVORS (A1)

Jerry: Hello! Pasok po.

Robin: Hi.

Jerry: Gusto n'yopo ng ice cream?

Robin: Oo, pero hindi ko alam kung anong bibilin ko.

Jerry: Meron po ba kayong paboritong flavor ng ice cream?

Robin: Oo, meron. Gusto ko ng chocolate, strawberry at vanilla.

Jerry: Gusto n'yopo bang tikman ang chocolate, strawberry at vanilla ice cream namin?

Robin: Oo, please. Salamat!

Jerry: Okay po, heto po ang chocolate namin.

Robin: Salamat.

Jerry: Kumusta po?

Robin: Parang masyadong matamis. Puwede ko bang tikman 'yung vanilla?

Jerry: Sure po. Heto po.

Robin: Salamat.

Jerry: Nagustuhan n'yopo ba ang vanilla?

Robin: Oo, mas gusto ko siya kaysa sa chocolate.

Jerry: Gusto n'yopa po bang subukan ang strawberry ice cream namin?

Robin: Oo, sige. Salamat.

Jerry: Heto po. Patok po ang strawberry sa mamimili namin.

Robin: Mmm! Masarap nga ito!

Jerry: Ayos! Aling ice cream po ang kukunin n'yo?

Robin: Itong strawberry, please.

Jerry: Gusto n'yopo sa apa o sa baso?

Robin: Pakisuyo sa apa. Magkano?

Jerry: Isang daang piso lang po.

Robin: Heto.

Jerry: Salamat po. Sana po magustuhan ninyo!

ICE CREAM FLAVORS

Jerry: Hello and welcome!

Robin: Hi.

Jerry: Would you like to try some ice cream?

Robin: Yes, but I don't know which one to get.

Jerry: Do you have a favorite ice cream flavor?

Robin: Yes, I do. I like chocolate, strawberry, and vanilla.

Jerry: Would you like to taste our chocolate, strawberry, and vanilla ice creams?

Robin: Yes, please. Thank you!

Jerry: Okay. Here is the chocolate one.

Robin: Thank you.

Jerry: What do you think?

Robin: I think it's too sweet. May I try the vanilla next?

Jerry: Sure. Here you go.

Robin: Thank you.

Jerry: Do you like the vanilla?

Robin: Yes. I like it more than the chocolate.

Jerry: Would you like to try the strawberry ice cream?

Robin: Yes, I would. Thank you.

Jerry: Here you go. The strawberry flavor is a favorite with our customers.

Robin: Mmm! This one is delicious!

Jerry: Great! Which ice cream would you like?

Robin: I will take the strawberry flavor, please.

Jerry: Would you like a cone or a cup?

Robin: I will have a cone, please. How much is it?

Jerry: That'll be $3.50.

Robin: Here you go.

Jerry: Thank you. Enjoy!

3

PAGPILI NG BAGONG SASAKYAN - CHOOSING A NEW CAR (A1)

Nick: Kailangan na natin ng bagong sasakyan.

Andrea: Oo nga. Anong sasakyan?

Nick: 'Yung mura pero matibay.

Andrea: Oo. Maghanap tayo sa internet.

Nick: Ah, oo nga. Heto, tingnan mo ito. 200,000 pesos at may 16,000 na kilometro lang.

Andrea: Hmm... sobrang mura. Hindi kaya may problema ang sasakyan na 'yan?

Nick: Baka nga. Maghanap pa tayo.

Andrea: Heto pa ang isa. 175,000 pesos lang at may 108,000 na kilometro. Sulit na ito.

Nick: Oo nga. Dalawahan ba ang pinto o apatan?

Andrea: Apatan.

Nick: Anong taon?

Andrea: 2010.

Nick: Bago lang.

Andrea: Oo nga.

Nick: Anong kulay?

Andrea: Silver.

Nick: Oh, magandang kulay 'yan. Isama natin ang sasakyan na 'yan sa listahan natin.

Andrea: Okay. Heto pa isang sasakyan. 134,000 pesos at may 163,000 na kilometro.

Nick: Masyadong mahaba ang kilometro na 'yan.

Andrea: Oo, pero 'yung ganitong pangalan ng sasakyan ay matitibay.

Nick: Totoo naman. Maayos pa ba ang kondisyon ng sasakyan?

Andrea: May maliit na gasgas sa bumper sa likod. Pero bukod doon mukhang ayos naman.

Nick: Okay. Isama rin natin ito sa listahan natin.

Andrea: Okay.

CHOOSING A NEW CAR

Nick: We need a new car.

Andrea: I agree. What kind of car?

Nick: Something cheap but reliable.

Andrea: Yeah. Let's look online.

Nick: Good idea. Look at this one. It's $4,000 and it only has ten thousand miles on it.

Andrea: Hmm... that's so cheap. Maybe the car has a problem?

Nick: Maybe. Let's keep looking.

Andrea: Here is another option. This car is $3,500 with sixty-seven thousand miles. That's pretty good.

Nick: Yeah, that is. Is it a two-door or four-door?

Andrea: It's a four-door.

Nick: What year is it?

Andrea: It's a 2010.

Nick: That's not too old.

Andrea: No, it's not.

Nick: What color is it?

Andrea: Silver.

Nick: Oh, that's a good color. Let's add that car to our list.

Andrea: Okay. And here's another car. It's $2,700 and it has 101,000 miles.

Nick: That's a lot of miles.

Andrea: Yes, but cars from this company last a long time.

Nick: That's true. Is the car in good condition?

Andrea: There is a small dent on the back bumper. But everything else looks good.

Nick: All right, let's add that to our list, too.

Andrea: Sounds good.

4

MAY NAKITA AKONG KUTING -
I FOUND A KITTEN (A1)

Andy: Mira, tingnan mo!

Mira: Ano?

Andy: Halika rito. Tingnan mo ito!

Mira: Anong nakita mo?

Andy: Kuting!

Mira: Hala! Ang cute! Nasaan kaya ang nanay niya?

Andy: Hindi ko alam. Grabe, ang liit niya.

Mira: Kawawa naman! Hanapin natin ang nanay niya.

Andy: Sige. Hahawakan ko na lang siya habang naghahanap tayo sa lugar.

Mira: Okay. Doon ka lumakad at dito ako. Magkita ulit tayo dito pagkalipas ng labinlimang minuto.

Andy: Sige.

(Makalipas ang labinlimang minuto ...)

Mira: Nahanap mo ang nanay niya?

Andy: Hindi. Ikaw?

Mira: Hindi rin. Gumawa na lang tayo ng "nawawalang kuting" na poster tapos ipaskil natin sa lugar.

Andy: Sige. Ikaw ang maganda magsulat. Gusto mo ikaw na lang?

Mira: Sure.

Andy: Titingnan ko sa social media kung may nawawalan ng kuting.

Mira: Sige, sisimulan ko na ang mga poster!

Andy: Sana mahanap natin ang may-ari ng kuting na ito. Kung hindi, dalhin na lang natin siya sa animal adoption center sa bayan.

Mira: Oo nga! Doon makakahanap siya ng bagong may-ari. Sana pangalanan siyang "Mira" katulad sa akin.

Andy: Haha! Malay mo!

I FOUND A KITTEN

Andy: Mira, look!

Mira: What?

Andy: Come over here and look at this!

Mira: What did you find?

Andy: It's a kitten!

Mira: Oh my gosh! It's adorable! Where is its mom?

Andy: I don't know. It's so tiny.

Mira: Poor thing! Let's look for its mother.

Andy: Okay. I will hold it and we can look around the area.

Mira: All right. You walk that way and I will walk this way. Let's meet back here in fifteen minutes.

Andy: Good idea.

(Fifteen minutes later...)

Mira: Did you find its mother?

Andy: No. Did you?

Mira: No. We should make "lost kitten" signs and put them up in the neighborhood.

Andy: Yeah. You have good handwriting. Do you want to do that?

Mira: Sure.

Andy: I will check social media to see if anyone has lost a kitten.

Mira: And I'll start making signs!

Andy: I hope we find this kitten's home! If we don't find it, we can take her to the animal adoption center downtown.

Mira: Yes! Then she will find a good home. I hope they name her "Mira" after me.

Andy: Ha ha. Maybe they will!

5

ANG PINAKAMASARAP NA PIZZA - THE BEST PIZZA (A1)

Rafaella: Hindi ako makapaniwalang nasa New York City na tayo!

Mikey: Ako rin!

Rafaella: Excited na akong mamasyal dito!

Mikey: Ako rin. Grabe, ang saya ko.

Rafaella: So, anong una mong gustong gawin?

Mikey: Sobrang gutom na 'ko. Kain muna tayo?

Rafaella: Mabuti! Anong gusto mong kainin?

Mikey: Nasa New York tayo kaya dapat pizza!

Rafaella: Balita ko pinakamasarap ang pizza sa New York.

Mikey: Ako rin. Doon na lang tayo sa restaurant sa kabilang kalsada.

Rafaella: Naaamoy ko na ang pizza!

Mikey: Ano kayang oorderin ko?

Rafaella: Mukhang masarap 'yung cheese pizza.

Mikey: Oo nga. Ikaw, anong oorderin mo?

Rafaella: Gusto ko ng pepperoni pizza.

Mikey: Ilan ang kukunin natin?

Rafaella: Tig-dalawang slices na lang ng cheese pizza at pepperoni pizza.

Mikey: Ayos, sige! Para pareho nating matikman.

Rafaella: Ayan na ang order natin!

Mikey: Titikman ko na.

Rafaella: Kumusta?

Mikey: Ang sarap ng pizza na ito!

Rafaella: Wow, ang sarap nga!

Mikey: Ito na yata ang pinakamasarap na pizza na natikman ko!

Rafaella: Ako rin! Gusto ko itong pizza na ito!

THE BEST PIZZA

Rafaella: I can't believe we are here in New York City!

Mikey: I know!

Rafaella: I am so excited to explore this city!

Mikey: Me too. I'm very happy right now.

Rafaella: So, what would you like to do first?

Mikey: I'm very hungry. Should we get food?

Rafaella: That is a great idea! What do you want to eat?

Mikey: We are in New York so we should get pizza!

Rafaella: I heard New York has the best pizza.

Mikey: I heard that too. Let's go to the restaurant across the street.

Rafaella: I can smell the pizza already!

Mikey: Which one should I order?

Rafaella: I think the cheese pizza looks good.

Mikey: I think so, too. What are you going to get?

Rafaella: I will get the pepperoni pizza.

Mikey: How many should we get?

Rafaella: Let's get two slices of the cheese pizza and two slices of the pepperoni pizza.

Mikey: Good idea! We can both try a cheese pizza and a pepperoni pizza.

Rafaella: Look! Our order is ready.

Mikey: I'm going to try one now.

Rafaella: How is it?

Mikey: This pizza is delicious!

Rafaella: Wow, this is amazing!

Mikey: I think this is the best pizza I've ever had!

Rafaella: I think so, too! I love this pizza!

6

BAGONG KASAMA SA KWARTO - NEW ROOMMATE (A1)

Liz: Hi, Derek!

Derek: Hi, Liz! Kumusta?

Liz: Okay naman ako, medyo problemado lang.

Derek: Bakit?

Liz: Kailangan ko kasing makahanap agad ng bagong kasama sa kwarto.

Derek: Umalis na si Sarah?

Liz: Oo. Nakakuha siya ng trabaho sa LA.

Derek: Ah, ayos pala! Para sa kanya...

Liz: Oo, para sa kanya! Sobrang buti niya na kasama sa bahay. Hindi ko alam paano makakahanap ng katulad niya.

Derek: Hindi mo man siya mapalitan, makakahanap ka pa rin ng maayos na kasama!

Liz: Sana nga. May kilala ka bang naghahanap ng matitirhan?

Derek: Hmm... Tatanungin ko 'yung kaibigan ko, si Rebecca. Gusto niyang lumipat sa mas malapit sa bayan. Balitaan kita!

Liz: Okay! Maraming salamat, Derek!

(Makalipas ang tatlong araw ...)

Derek: Uy Liz! Naghahanap ka pa rin ba ng kasama sa kwarto?

Liz: Oo!

Derek: Nakausap ko si Rebecca at interesado siya. Gusto ka niyang makausap. Gusto rin niyang makita ang bahay na inuupahan mo.

Liz: Ayos 'yan! Sige. Ibigay mo na lang sa kanya ang numero ko.

Derek: Sige. Kaya lang may isang problema.

Liz: Hala, ano 'yun?

Derek: May pusa siya. Alam ko ayaw mo sa pusa.

Liz: Ugh.

Derek: Oo...

Liz: Well… mabait ba 'yung pusa?

Derek: Oo. Mabait 'yung pusa. Para ngang aso kung umarte.

Liz: Talaga?

Derek: Oo.

Liz: Okay, magkikita na lang kami ni Rebecca at ng pusa niya. Malay mo, baka ito na ang simula ng pagkahilig ko sa pusa!

Derek: Haha, sige! Huwag ka agad humindi. Kailangan mo ng kasama sa kwarto.

Liz. Tama ka. Sige.

NEW ROOMMATE

Liz: Hi, Derek!

Derek: Hey, Liz! How are you?

Liz: I'm good, but I'm a little stressed.

Derek: Why?

Liz: I need to find a new roommate quickly.

Derek: Did Sarah move out?

Liz: Yeah. She got a job in L.A.

Derek: Oh, that's great! For her…

Liz: Yeah, for her! She was the perfect roommate. I don't know how I will find someone as good as her.

Derek: Well, maybe you won't find the perfect roommate, but you can find someone good!

Liz: I hope so. Do you know anyone who needs a place to live?

Derek: Hmm… I'll ask my friend Rebecca. She wants to live closer to the city. I'll let you know soon!

Liz: Okay! Thanks so much, Derek!

(Three days later…)

Derek: Hey, Liz. Are you still trying to find a roommate?

Liz: Yes!

Derek: I talked to Rebecca and she said she is interested in living with you. She wants to talk to you and see the apartment.

Liz: That's great news! Sure. Give her my number.

Derek: I will. There's only one problem.

Liz: Uh oh. What is it?

Derek: She has a cat. I know you hate cats.

Liz: Ugh.

Derek: Yeah…

Liz: Well… is the cat nice?

Derek: Actually, yes. The cat is really cool. It acts like a dog.

Liz: Really?

Derek: Yes.

Liz: Okay. I'll meet Rebecca and the cat. Who knows? Maybe I will start to like cats!

Derek: Ha ha, yes! Keep an open mind. You really need a roommate.

Liz. You're right. I will.

7

PICNIC SA TAG-INIT - A SUMMER PICNIC (A1)

June: Ang sarap talagang tumira sa Southern California. Ang ganda kapag tag-init!

Paolo: Oo nga. Maganda ang panahon ngayon.

June: Gusto ko lumabas ngayong araw. Sama ka?

Paolo: Sige. Anong gusto mong gawin?

June: Gusto kong mag-picnic. Mayroon na akong basket at kumot na pang-picnic.

Paolo: Perfect! Puwede tayong pumunta sa park.

June: Ayos! Ano kayang dapat nating kainin?

Paolo: Dapat tayong kumain ng sandwich.

June: Puwede akong bumili ng tinapay d'yan sa may bakery.

Paolo: Meron akong ham at sliced turkey. Meron din akong lettuce at kamatis.

June: May mustard ka ba sa bahay?

Paolo: Wala. Ikaw?

June: Wala rin. Bibili na lang ako ng mustard.

Paolo: Mahilig ka ba sa mayonnaise?

June: Oo. May mayonnaise ka?

Paolo: Oo, dadalin ko na lang.

June: Anong gusto mong inumin sa picnic?

Paolo: Hmmm... Baka tubig saka softdrinks?

June: Meron akong tubig pero walang softdrinks.

Paolo: May softdrinks ako sa bahay. Tubig ang dalhin mo, ako na sa softdrinks.

June: Okay, sige.

Paolo: Anong oras tayo magkikita sa park?

June: Mga alas-diyes ng umaga.

Paolo: Okay, kita na lang tayo roon!

A SUMMER PICNIC

June: I love living in southern California. The summers here are so nice!

Paolo: I agree. The weather is beautiful today.

June: I want to do something outside today. Would you like to join me?

Paolo: Sure. What do you want to do?

June: I want to have a picnic. I already have a picnic basket and a picnic blanket.

Paolo: Perfect. We can go to the park.

June: The park sounds great! What should we eat at our picnic?

Paolo: We should eat sandwiches.

June: I can buy fresh bread at the bakery.

Paolo: I have ham and sliced turkey. I also have lettuce and tomatoes.

June: Do you have mustard at home?

Paolo: No. Do you?

June: No. I will buy the mustard.

Paolo: Do you like mayonnaise?

June: Yes. Do you have mayonnaise?

Paolo: Yes, I do. I will bring the mayonnaise.

June: What would you like to drink at our picnic?

Paolo: Hmmm... maybe water and soda?

June: I have water but I don't have soda.

Paolo: I have soda at home. You can bring the water and I will bring the soda.

June: That sounds good.

Paolo: What time should we meet at the park?

June: We should meet at 10 a.m.

Paolo: Okay, I'll see you there!

8

TAGA-SAAN KA? - WHERE ARE YOU FROM? (A1)

Ollie: Hi! Ako si Olivia, pero puwede mo akong tawaging Ollie.

Frank: Hi, Ollie! Ako si Frank. Masaya akong makilala ka.

Ollie: Ako rin.

Frank: Taga-saan ka?

Ollie: England. Ikaw?

Frank: Taga-Alaska ako.

Ollie: Ah, Alaska? Nakikita ko ang Alaska sa mga litrato. Maganda roon.

Frank: Oo, maganda nga talaga roon. Saan ka sa England?

Ollie: Sa Alfriston, maliit na bayan lang siya. Mga dalawa't kalahating oras mula sa London.

Frank: Ah. Anong meron sa Alfriston?

Ollie: Parang lumang bayan siya, pero maganda. Maraming mga gusali na 1300s pa.

Frank: Oh, wow!

Ollie: Oo, may sariling ganda nga ang bayan na 'yun. May ilang tradisyonal na Ingles na inuman doon.

Frank: Mukhang maganda nga roon. Gusto kong makabisita ako balang araw!

Ollie: Oo, bumisita ka minsan! So, taga-saan ka sa Alaska?

Frank: Sa Anchorage, ang pinakamalaking siyudad doon.

Ollie: Gaano karami ang nakatira roon?

Frank: Mga tatlong daang libong katao.

Ollie: Wow, maliit na lugar lang pala.

Frank: Haha, oo. Hindi ganoon kalaki ang populasyon ng Alaska.

Ollie: Anu-anong mga masasayang puwedeng gawin sa Anchorage?

Frank: Puwede kang pumunta sa Alaska Native Heritage Center. Isa itong museum ng mga indigenous people sa Alaska. Meron ring mga magagandang pasyalan na puwedeng puntahan tulad ng Earthquake Park, Glen Alps Trailhead at Woronzof.

Ollie: May mga litrato ka ba ng mga lugar na iyon?

Frank: Oo, ipapakita ko sa iyo.

WHERE ARE YOU FROM?

Ollie: Hi. I'm Olivia, but you can call me Ollie.

Frank: Hey, Ollie. I'm Frank. Nice to meet you.

Ollie: Nice to meet you, too.

Frank: Where are you from?

Ollie: England. What about you?

Frank: I'm from Alaska.

Ollie: Oh, Alaska? I've seen pictures of Alaska. It's beautiful there.

Frank: It's very beautiful. Where in England are you from?

Ollie: A small town called Alfriston. It's about two and a half hours outside of London.

Frank: I see. What is Alfriston like?

Ollie: It's really cute and old. Many of the buildings are from the 1300s.

Frank: Oh, wow.

Ollie: Yeah, the town is really charming. There are some traditional English pubs there, too.

Frank: Sounds great. I would love to see it someday!

Ollie: You should go! So, where in Alaska are you from?

Frank: Anchorage, the biggest city.

Ollie: How many people live there?

Frank: I think almost three hundred thousand.

Ollie: Wow. That's kind of small.

Frank: Ha ha, yeah. Alaska's population isn't very big.

Ollie: What are some fun things to do in Anchorage?

Frank: You can visit the Alaska Native Heritage Center. It is a museum about the indigenous people of Alaska. There are also some beautiful places you can drive to, like Earthquake Park, Glen Alps Trailhead, and Point Woronzof.

Ollie: Do you have pictures of those places?

Frank: Yes! I'll show you.

9

MAG-ROAD TRIP TAYO -
LET'S TAKE A ROAD TRIP (A1)

Keegan: Wala akong magawa.

Jennie: Ako rin.

Keegan: Ano kayang puwede nating gawin?

Jennie: Hindi ko alam.

Keegan: Hmm ...

Jennie: Gusto kong umalis.

Keegan: Saan?

Jennie: Hindi ko alam. Basta gusto ko lang mag-drive kung saan.

Keegan: Ayos! Mag-road trip na lang tayo!

Jennie: Ah, oo nga! Saan naman tayo pupunta?

Keegan: Hindi ko alam. Parang okay magmaneho papuntang norte.

Jennie: Okay. Puwede tayong mag-drive sa may coast at bumisita sa San Francisco.

Keegan: Gusto ko 'yan. Puwede rin tayong dumaan sa Monterey!

Jennie: Oo! Gusto ko pumunta sa Monterey Aquarium!

Keegan: Ako rin. Gusto ko makakita ng sea otter sa Monterey Aquarium.

Jennie: Cute nga ang mga sea otter!

Keegan: Oo nga.

Jennie: Kailan mo gustong umalis?

Keegan: Ngayon na. Puwede ka na ba ngayon?

Jennie: Oo naman! Kailangan lang natin ng mga pagkain para sa road trip.

Keegan: Anong gusto mo?

Jennie: Beef jerky at mga sitsirya.

Keegan: Masarap nga ang beef jerky kapag nagro-road trip!

Jennie: Tama.

Keegan: Gusto ko nang umalis!

Jennie: Tara na!

LET'S TAKE A ROAD TRIP

Keegan: I'm bored.

Jennie: Me too.

Keegan: What can we do?

Jennie: I don't know.

Keegan: Hmm...

Jennie: I want to go somewhere.

Keegan: Where?

Jennie: I'm not sure. I know I want to drive somewhere.

Keegan: Great idea! Let's go on a road trip!

Jennie: That sounds good. Where should we go?

Keegan: I don't know. I think we should drive north.

Jennie: Okay. We can drive along the coast and visit San Francisco.

Keegan: I like that idea. We can also stop at Monterey!

Jennie: Yes! I want to go to the Monterey Aquarium.

Keegan: Me too. I want to see the sea otters at the Monterey Aquarium.

Jennie: Sea otters are so cute!

Keegan: I agree.

Jennie: When do you want to go?

Keegan: I want to go right now. Can you go right now?

Jennie: Yep! We need snacks for the road trip though.

Keegan: Which snacks would you like?

Jennie: I want to get beef jerky and potato chips.

Keegan: Beef jerky is perfect for road trips!

Jennie: I agree.

Keegan: I'm so excited!

Jennie: Let's go!

10

IHAW-IHAW SA BAKURAN - BACKYARD BBQ (A1)

Jill: Hi, Wilson! Kumusta ka?

Wilson: Uy, kapitbahay! Okay naman. Ikaw?

Jill: Ayos din naman! May gagawin ka ba ngayong Sabado't Linggo?

Wilson: Wala naman, sa bahay lang. Ikaw?

Jill: Gusto ni Tim mag-ihaw sa bakuran namin. Gusto mo bang sumama?

Wilson: Oo naman! Anong araw?

Jill: Sa Sabado ng tanghali.

Wilson: Ayos! Anu-anong mga iihawin n'yo?

Jill: Hotdog, hamburger at manok.

Wilson: Mukhang masarap!

Jill: Sana nga.

Wilson: Meron ba akong dapat dalhin?

Jill: Puwede kang magdala ng salad o panghimagas para sa lahat.

Wilson: Sige, dadalhin ko. Para sa ilang tao?

Jill: Mga labinlima siguro.

Wilson: Ang dami, ah!

Jill: Oo, marami kaming inimbitahang kaibigan.

Wilson: Puwede rin ba akong magdala ng kaibigan?

Jill: Oo naman. Sino?

Wilson: Si Mary. Nakilala ko siya sa pamilihan.

Jill: Oh, wow! Gusto mo siya?

Wilson: Oo, gusto ko ring makilala n'yosiya.

Jill: Ayos! Masaya ako para sa iyo.

Wilson: Salamat.

Jill: Walang anuman! Kailangan ko nang umuwi, kita nalang tayo sa Sabado.

Wilson: Oo, sa Sabado na lang! Gusto ko nang mag-Sabado!

Jill: Ako rin. Bye!

Wilson: Kita tayo.

BACKYARD BBQ

Jill: Hi, Wilson. How are you doing?

Wilson: Hi there, neighbor! I'm doing well. How are you?

Jill: Fine, thanks! Do you have plans this weekend?

Wilson: No. I'm staying home this weekend. What about you?

Jill: Tim wants to have a barbecue in our backyard. Would you like to come to our barbecue?

Wilson: I would love to! When is it?

Jill: Saturday at noon.

Wilson: Great! Which foods will you have at the barbecue?

Jill: We will have hot dogs, hamburgers, and barbecued chicken.

Wilson: That sounds delicious!

Jill: I hope so.

Wilson: Should I bring anything?

Jill: Yes, you can bring a salad or dessert for everyone.

Wilson: I'll do that. How many people are coming to the barbecue?

Jill: I think about fifteen.

Wilson: That is a lot of people!

Jill: Yes, we invited many of our friends.

Wilson: May I bring a friend?

Jill: Sure, who is it?

Wilson: Her name is Mary. I met her at the supermarket.

Jill: Oh, wow! Do you like her?

Wilson: Yes, I do. I want you to meet her.

Jill: That sounds good. I'm excited for you!

Wilson: Thank you.

Jill: You're welcome! I have to go home now, but I will see you this Saturday.

Wilson: Yes, see you this Saturday! I'm looking forward to it.

Jill: Me too. Goodbye!

Wilson: See you later.

11

IKALAWANG UNANG DATE - A SECOND FIRST DATE (A1)

Darius: Hi! Ikaw ba si Cassandra?

Cassandra: Oo! Ikaw si Darius?

Darius: Oo, masaya akong makita ka!

Cassandra: Ako rin. Kumusta ang araw mo?

Darius: Medyo marami lang ginawa. Ikaw?

Cassandra: Abala rin.

Darius: Sana gutom ka na.

Cassandra: Gutom at handa nang kumain.

Darius: Ayos! Anong gusto mong kainin?

Cassandra: Mukhang masarap ang isda.

Darius: Oo nga. Sige, isda ang oorderin ko para sa atin.

Cassandra: Okay!

Darius: Kwentuhan mo naman ako tungkol sa 'yo. Ano ang trabaho mo?

Cassandra: Nagtatrabaho ako sa isang law firm. Abogado ako.

Darius: Wow! Gusto mo talaga 'yang trabaho mo?

Cassandra: Sobrang hirap, pero masaya ako sa pagiging abogado. Masaya rin sa firm namin.

Darius: Anong nagustuhan mo sa firm n'yo?

Cassandra: Mababait lahat sa firm namin. At saka meron din kaming coffee machine na nakakagawa ng halos dalawampung klase ng kape.

Darius: Wow! Teka... Puti ba itong coffee machine na ito?

Cassandra: Oo, paano mo nalaman?

Darius: Niregalo ba ito ng boss n'yo?

Cassandra: Oo, teka... Sa banko ka ba nagtatrabaho?

Darius: Oo...

Cassandra: Nagdate na ba tayo dati?

Darius: Oo, parang nagdate na nga tayo dati. Medyo nakakahiya 'to pero masaya akong makilala ka, ulit!

Cassandra: Uh, ako rin!

A SECOND FIRST DATE

Darius: Hey. Are you Cassandra?

Cassandra: Yes! Are you Darius?

Darius: Yes, nice to meet you!

Cassandra: Nice to meet you, too. How was your day?

Darius: Pretty busy. How was your day?

Cassandra: Mine was busy, too.

Darius: Well, I hope you're hungry.

Cassandra: I'm hungry and ready to eat.

Darius: Great! What would you like to eat?

Cassandra: I think the fish looks good.

Darius: I think the fish looks good, too. I'll order the fish for us.

Cassandra: Okay!

Darius: So tell me about yourself. What do you do for work?

Cassandra: I work at a law firm. I'm a lawyer.

Darius: Oh, cool. Do you like your job?

Cassandra: It's very hard, but I love being a lawyer. I also love my firm.

Darius: What do you love about your firm?

Cassandra: Everyone is very nice at my firm. Also, we have a coffee machine that makes twenty different kinds of coffee drinks.

Darius: Wow! Wait... is this coffee machine white?

Cassandra: Yes, how did you know?

Darius: Did your boss buy the coffee machine for everyone?

Cassandra: Yes... wait. Do you work at a bank?

Darius: Yes...

Cassandra: Did we go on a date before?

Darius: Yes... I think we did. This is awkward. Well, nice to meet you again!

Cassandra: Uh, nice to meet you again, too!

12

SINO ANG KASAMA MO SA BAHAY? - WHO DO YOU LIVE WITH? (A1)

Lorenzo: Hi, Elena! Pagod ka?

Elena: Medyo. Hindi ako masyadong nakatulog kagabi.

Lorenzo: Talaga? Bakit naman?

Elena: Iyak nang iyak 'yung anak ng ate ko.

Lorenzo: Hala! Kahit sino nga hindi matutuwa d'yan.

Elena: Hindi talaga.

Lorenzo: Ilang taon na 'yung bata?

Elena: Tatlong buwan pa lang.

Lorenzo: Naku, bata pa pala! Oo nga. Iyakin nga ang mga sanggol sa ganyang buwan.

Elena: Oo nga. Kaya gusto ko na ring bumukod. Kaya lang, sobrang mahal ng mga apartment dito.

Lorenzo: Oo nga, eh.

Elena: Sinong kasama mo sa bahay?

Lorenzo: 'Yung kaibigan ko, si Matteo. Nakatira kami sa isang apartment na may dalawang kwarto.

Elena: Ayos, ah. Mabait naman siyang kasama?

Lorenzo: Oo, mabait siya. Kaya lang, malakas humilik!

Elena: Ah, talaga?

Lorenzo: Oo. Halos gabi-gabi akong nagsusuot ng ear plugs. Minsan hindi talaga ako makatulog.

Elena: Pareho pala tayo ng problema! Sanggol nga lang 'yung kasama ko sa kwarto.

Lorenzo: Haha, oo nga 'no! Sana sa mga susunod na buwan hindi na masyadong iyakin ang kasama mo sa kwarto. Si Matteo naman, hindi ko alam kung hihinto pa sa paghilik!

Elena: Sana nga! Pero sobrang gusto ko 'yung pamangkin ko. Nakakagigil.

Lorenzo: Masuwerte ka kasi nakakasama mo siya.

Elena: Oo nga, eh.

Lorenzo: Oh, sige! Kailangan ko nang umalis. Sana makatulog ka nang maayos mamayang gabi!

Elena: Ako rin!

WHO DO YOU LIVE WITH?

Lorenzo: Hey, Elena. Are you tired?

Elena: Yeah, a little. I didn't sleep much last night.

Lorenzo: Really? Why not?

Elena: My sister's baby was crying all night.

Lorenzo: Oh, no. That's not fun for anyone.

Elena: No, it's not.

Lorenzo: How old is the baby?

Elena: He's three months.

Lorenzo: Oh, he's super young! Yeah, babies cry a lot at that age.

Elena: Yep. I want to live alone but apartments in this city are so expensive.

Lorenzo: Yes, they are.

Elena: Who do you live with?

Lorenzo: My friend Matteo. We have a two-bedroom apartment.

Elena: Cool. Is he a good roommate?

Lorenzo: Yeah, he's a really good roommate. But he snores loudly!

Elena: Oh, he does?

Lorenzo: Yeah. I wear ear plugs almost every night. Sometimes I don't sleep very well.

Elena: So we have a similar problem! Except my roommate is a baby.

Lorenzo: Ha ha, true! And hopefully in a few months your roommate will stop crying so much. I don't know if Matteo will stop snoring!

Elena: I hope so! I love my nephew, though. He's so cute.

Lorenzo: You're lucky that you can spend so much time with him.

Elena: I know.

Lorenzo: Okay, well, I have to go. I hope you can sleep tonight!

Elena: Me too!

13

ANG PABORITO KONG GURO - MY FAVORITE TEACHER (A1)

Carrie: Hi, Rajesh! Kumusta?

Rajesh: Hi Carrie. Okay naman. Ikaw?

Carrie: Heto, tumitingin-tingin ng mga litrato sa high school.

Rajesh: Ayos, ah. Patingin.

Carrie: Sige ba.

Rajesh: Sino ang mga babaeng iyan?

Carrie: Mga kaibigan ko, sina Alana at Rachel. Matalik ko silang kaibigan noong high school.

Rajesh: Ayos! Magkakaibigan pa rin kayo hanggang ngayon?

Carrie: Oo. Nakatira si Alana sa Portland, kaya madalas kami magkita. Si Rachel naman, kakakita lang namin noong nakaraang linggo. Sa New York na siya nakatira pero binisita niya ang pamilya niya sa Portland, kaya lumabas na rin kami. Nakikita ko lang siya isa o dalawang beses sa isang taon, kaya masaya akong makita siya.

Rajesh: Ayos, ah. Karamihan sa mga kaibigan ko noong high school ay nakatira sa iba't ibang lugar kaya hindi kami madalas nakakapagkita-kita.

Carrie: Ah, sayang naman.

Rajesh: Oo, pero nag-uusap-usap pa rin naman kami kaya ayos lang.

Carrie: Mabuti naman.

Rajesh: Sino itong lalaki?

Carrie: Ah, si Ginoong Byrne. Guro ko noon sa potograpiya.

Rajesh: Oh, kumuha ka pala ng potograpiya?

Carrie: Oo! Mahilig ako sa potograpiya noong high school. Ang totoo nga niyan, sining ang kinuha kong kurso noong college.

Rajesh: Ah, talaga?

Carrie: Oo, pero lumipat din ako pagkatapos ng dalawang taon. Mas gusto ko ang potograpiya bilang libangan, hindi bilang trabaho.

Rajesh: Ayos na rin 'yun. Nakakausap mo pa itong si G. Byrne?

Carrie: Oo! Siya ang paborito kong guro. Nagustuhan ko ang potograpiya dahil sa kanya.

Rajesh: Ayos, ah! Ako hindi ko na nakakausap ang paborito kong guro, pero malaki ang pasasalamat ko sa kaniya.

Carrie: Nakakatuwa talaga ang mga guro.

Rajesh: Oo, totoo 'yan!

MY FAVORITE TEACHER

Carrie: Hey, Rajesh. How are you?

Rajesh: Hi, Carrie. I'm pretty good. What are you up to?

Carrie: I'm looking at pictures from high school.

Rajesh: Oh, cool. Can I see some?

Carrie: Sure.

Rajesh: Who are those girls?

Carrie: Those are my friends, Alana and Rachel. They were my best friends in high school.

Rajesh: Nice! Are you still friends with them?

Carrie: Yeah. Alana lives in Portland, so I see her all the time. And I saw Rachel last week. She lives in New York but she came back to Portland to visit her family, and we all had dinner. I only see her once or twice a year, so it was nice to see her.

Rajesh: That's awesome. Most of my friends from high school live in different cities so I don't see them very often.

Carrie: Aw, that's too bad.

Rajesh: Yeah, but we keep in touch, so it's okay.

Carrie: Good.

Rajesh: Who's that guy?

Carrie: That's Mr. Byrne. He was my photography teacher.

Rajesh: Oh, you took photography?

Carrie: Yep! I loved photography in high school. I actually studied art in college.

Rajesh: You did?

Carrie: Yeah, but I changed majors after two years. I decided I only wanted to do photography for fun, not as a job.

Rajesh: That was probably a good idea. Do you still talk to Mr. Byrne?

Carrie: Actually, yes! He was my favorite teacher! I love photography because of him.

Rajesh: That's so cool! I didn't keep in touch with my favorite teacher, but I am very grateful for her.

Carrie: Teachers are amazing.

Rajesh: Yes, they are!

14

PAMAMASYAL SA DAGAT -
A WALK ON THE BEACH (A1)

Lynn: Ang ganda ng panahon ngayon!

Adamu: Oo nga, eh. Perpekto para sa pamamasyal sa dagat!

Lynn: Masuwerte tayo dahil nakatira tayo malapit sa dagat.

Adamu: Totoo. Dapat mas dalasan pa natin ang pagbisita rito sa dagat.

Lynn: Oo nga. Ang sarap sa pakiramdam ng buhangin sa ilalim ng paa.

Adamu: Tama. Pero minsan kasi ang init ng buhangin!

Lynn: Oo. Pero ngayon mukhang ayos naman.

Adamu: Oo nga.

Lynn: Mangunguha muna ako ng mga kabibe.

Adamu: Mukhang masaya nga 'yan. Ako naman lalangoy muna. Mukhang masarap ang tubig.

Lynn: Okay. Ingat!

Adamu: Hindi ako masyadong lalayo. Mga ilang minuto lang din ako sa tubig. At saka magaling ako lumangoy, 'no.

Lynn: Okay.

(Makalipas ang sampung minuto ...)

Adamu: Nakakaginhawa ang tubig! Nakahanap ka ba ng magagandang kabibe?

Lynn: Konti lang. Tingnan mo ito.

Adamu: Wow, ang ganda! Ang daming kulay.

Lynn: Malamig ba ang tubig?

Adamu: Malamig lang sa una, pero masarap sa pakiramdam pagkatapos. Medyo malakas nga lang ang alon.

Lynn: Oo nga, mukha ngang malakas!

Adamu: Dito muna ako sa buhangin uupo para makapagpatuyo.

Lynn: Okay. Maghahanap pa ako ng mga kabibe. Babalik ako!

Adamu: Ingat!

A WALK ON THE BEACH

Lynn: It's such a beautiful day!

Adamu: Yes, it is. A perfect day for a walk on the beach!

Lynn: We're so lucky that we live close to the beach.

Adamu: Yeah. We should come more often.

Lynn: Yes, we should. I love the feeling of the sand under my feet.

Adamu: Me too. But sometimes the sand is hot!

Lynn: True. It feels nice right now, though.

Adamu: Yeah.

Lynn: I think I will collect some shells.

Adamu: That sounds fun. I think I will go for a swim. The water looks so inviting.

Lynn: Okay! Be careful!

Adamu: I won't go out very far. I just want to swim for a couple minutes. And I'm a good swimmer.

Lynn: All right.

(Ten minutes later...)

Adamu: That was so refreshing! Did you find some good shells?

Lynn: Yes, a few. Look at this one.

Adamu: Oh, that's cool! It's so colorful.

Lynn: Was the water cold?

Adamu: It was cold at first, but then it felt good. The waves were a little strong, though.

Lynn: Yeah, they looked strong!

Adamu: I will sit on the sand for a while so I can dry off.

Lynn: Okay. I will look for some more shells. I will be back soon!

Adamu: Have fun!

15

MGA MABISANG PARAAN SA PAG-AARAL NG WIKA - BEST WAYS TO LEARN A LANGUAGE (A1)

Mitchell: Gusto kong gumaling sa wikang Hapon.

Lacey: Sanay kang magsalita ng wikang Hapon?

Mitchell: Konti.

Lacey: Hindi ko alam 'yun, ah.

Mitchell: Nagsimula akong mag-aral ng wikang Hapon mga tatlo o apat na taon na.

Lacey: Talaga? Bakit?

Mitchell: Gusto ko 'yung wika at kultura nila. Nakapunta na ako sa Japan noong bata pa ako. Pagkatapos noon, naging interesado na ako lagi sa Japan.

Lacey: Ayos, ah. Paano ka nag-aaral ng wikang Hapon?

Mitchell: May mga kurso sa internet akong kinukuha at may app din ako sa telepono ko, pero hindi ako gumagaling.

Lacey: Nanonood ka ba ng mga pelikulang Hapon o kaya mga palabas nila sa TV?

Mitchell: Minsan.

Lacey: Baka kailangang mas dalasan mo pa ang panonood.

Mitchell: Sinusubukan ko naman, pero minsan ang hirap talaga intindihin ng usapan nila.

Lacey: Manood ka muna ng may subtitle. Tapos sabay mong basahin at pakinggan ang mga sinasabi nila. Makakatulong 'yun sa pakikinig at pagsasalita mo.

Mitchell: Oo nga, 'no. Ano pa ang dapat kong gawin?

Lacey: May mga nakakausap ka bang mga taga-Japan?

Mitchell: Wala masyado.

Lacey: 'Yung kaibigan ko, kasali siya sa isang grupo ng mga nagpapalitan ng usapang Ingles at Hapon. Sumali ka roon. Nagkikita-kita sila kada buwan para mag-ensayo ng Ingles at Hapon.

Mitchell: Mukhang maganda nga 'yan!

Lacey: Babalitaan kita!

BEST WAYS TO LEARN A LANGUAGE

Mitchell: I want to improve my Japanese.

Lacey: You speak Japanese?

Mitchell: Yes, a little.

Lacey: I didn't know that.

Mitchell: I started learning Japanese three or four years ago.

Lacey: Really? Why?

Mitchell: I love the language and the culture. I went to Japan when I was a child. After that, I have always been interested in Japan.

Lacey: That's interesting. How do you study Japanese?

Mitchell: I take an online course and I have an app on my phone. But I'm not really getting better.

Lacey: Do you watch Japanese movies or TV shows?

Mitchell: Sometimes.

Lacey: Maybe you should watch them more often.

Mitchell: I try to. But sometimes it's hard to understand the dialogue.

Lacey: Try watching with Japanese subtitles. Then you can read Japanese and listen at the same time. Doing that will help both your listening and your speaking skills.

Mitchell: That's a good idea. What else should I do?

Lacey: Do you ever speak to Japanese people?

Mitchell: Not really.

Lacey: My friend is in a Japanese and English language and cultural exchange group. You should join the group. They meet once a month and practice English and Japanese.

Mitchell: Oh, that sounds perfect!

Lacey: I will get the information for you!

16

ANONG TUNOG 'YON? - WHAT'S THAT SOUND? (A1)

Claire: Anong tunog 'yon?

Ernesto: Anong tunog?

Claire: Wala kang narinig?

Ernesto: Wala...

Claire: Parang tunog ng palaka.

Ernesto: Palaka?

Claire: Oo.

Ernesto: Wala naman akong naririnig.

Claire: Malakas kaya!

Ernesto: Baka naman nasa isip mo lang.

Claire: Hindi. Baka mahina lang ang pandinig mo!

Ernesto: Walang problema sa pandinig ko.

Claire: Ayun! Narinig ko ulit.

Ernesto: Hmm... Narinig ko nga rin. Tama ka. Mukhang palaka nga.

Claire: 'Di ba! Sabi sa 'yo, eh!

Ernesto: Pero sa city tayo nakatira. Walang palaka rito.

Claire: Baka naman may nag-aalaga, tapos nakatakas sa bahay nila.

Ernesto: Hanapin natin.

Claire: Okay!

Ernesto: Ikaw sa likod ng gusali. Ako sa harap.

Claire: Nakakatakot sa likod! Ako na lang maghahanap sa harap.

Ernesto: Fine. Gamitin mo ang ilaw ng telepono mo.

Claire: Oo nga no.

Ernesto: Nakita ko na!

Claire: Talaga?

Ernesto: Ay, hindi. Bato lang pala.

Claire: Parang nakita ko na!

Ernesto: Hala! Patingin!

Claire: Nakakagigil naman tingnan! Puwede kaya natin siyang itago?

Ernesto: Hindi. Hindi tayo puwedeng mag-alaga ng mga hayop na para talaga sa labas kahit gaano pa sila nakakagigil tingnan.

Claire: Ugh, tama. Natuwa ako sa ginawa natin, ah!

Ernesto: Haha, oo nga. Ako rin.

WHAT'S THAT SOUND?

Claire: What's that sound?

Ernesto: What sound?

Claire: You don't hear that?

Ernesto: No...

Claire: It sounds like a frog.

Ernesto: A frog?

Claire: Yeah.

Ernesto: I don't hear anything.

Claire: But it's loud!

Ernesto: Maybe you're imagining the sound.

Claire: No, maybe you just have bad hearing!

Ernesto: My hearing is amazing.

Claire: There! I heard it again.

Ernesto: Hmm... I heard that. You're right. It sounds like a frog.

Claire: Aha! I told you!

Ernesto: But we live in the city. There are no frogs here.

Claire: Maybe it was someone's pet and it escaped from their house.

Ernesto: Let's look for it.

Claire: Okay!

Ernesto: You look behind the building. I'll look in front of the building.

Claire: It's scary behind the building. I'll look in front.

Ernesto: Fine. Use the flashlight on your phone.

Claire: Good idea.

Ernesto: I found it!

Claire: You did?!

Ernesto: Oh, wait, no. That's just a rock.

Claire: I think I found it!

Ernesto: Oh my gosh! I see it!

Claire: He's so cute! Can we keep him?

Ernesto: No, we can't keep wild animals, even if they are cute.

Claire: Ugh, fine. Well, this was a fun nature walk!

Ernesto: Ha ha, yes it was!

17

MAHIRAP ANG PAGTAKBO - RUNNING IS HARD (A1)

Kylie: Gusto mo bang tumakbo kasama ko, Marcus?

Marcus: Uhm... hindi na muna.

Kylie: Bakit naman?

Marcus: Hindi ako masyadong mahilig sa pagtakbo.

Kylie: Talaga? Pero ang ganda ng katawan mo.

Marcus: Oo, nagbubuhat kasi ako sa gym tapos naglalaro rin ng basketbol minsan. Pero hindi ko hilig tumakbo ng mahahabang kilometro.

Kylie: Kapag sumama ka sa akin, mabagal lang tayo at puwedeng huminto-hinto.

Marcus: Hmm... okay. Sasama na ako.

Kylie: Ayos!

Marcus: Kailan ba?

Kylie: Ngayon na.

Marcus: Ah, talaga? Sige. Magsasapatos lang ako.

Kylie: Okay.

Marcus: Okay na ako!

Kylie: Tara!

Marcus: Teka, bagalan mo lang!

Kylie: Mabagal na nga ako!

Marcus: Puwede bang mas bagalan mo pa?

Kylie: Kapag binagalan pa natin, para na lang tayong naglakad niyan.

Marcus: Ugh, ang hirap talagang tumakbo!

Kylie: Mahirap lang sa umpisa pero dumadali rin. Subukan mong tumakbo ng dalawa hanggang tatlong beses kada linggo. Kahit maiksing distansya lang. Masasanay ka rin.

Marcus: Okay sige, susubukan ko.

Kylie: Tapos puwede mo akong turuan magbuhat ng weights. Magtulungan tayo.

Marcus: Sige!

RUNNING IS HARD

Kylie: Do you want to go running with me, Marcus?

Marcus: Umm... not really.

Kylie: Why not?

Marcus: I don't like running.

Kylie: You don't? But you're in good shape.

Marcus: Yeah, I go to the gym and lift weights. And I play basketball sometimes. But I don't like running long distances.

Kylie: If you go with me, we can run slowly and take lots of breaks.

Marcus: Hmm... okay. I'll go.

Kylie: Yay!

Marcus: When are you going?

Kylie: Now.

Marcus: Ah, really? Okay. Let me put my running shoes on.

Kylie: All right.

Marcus: Ready!

Kylie: Let's go!

Marcus: Hey, slow down!

Kylie: I am going slowly!

Marcus: Can you go more slowly?

Kylie: If we go more slowly, we will be walking.

Marcus: Ugh, running is hard!

Kylie: It's hard in the beginning. But it gets easier. You should try to run two or three times a week, just short distances. And then it will get easier.

Marcus: Okay, I'll try that.

Kylie: And you can help me lift weights. We can help each other.

Marcus: Deal!

18

PAGGAWA NG COOKIES - BAKING COOKIES (A1)

Betty: Ang tagal na nating hindi gumagawa ng cookies.

Duncan: Oo nga. Parang gusto ko ng cookies ngayon.

Betty: Ako rin.

Duncan: Gusto mong magluto?

Betty: Oo!

Duncan: Anong cookies ang gagawin natin?

Betty: Puwede ba tayong gumawa ng dalawang klase?

Duncan: Oo naman! Anu-ano?

Betty: Gusto ko ng chocolate chip cookies at snickerdoodles.

Duncan: Masarap nga 'yan! May harina at asukal pa ba tayo?

Betty: Wala na. Meron tayong cookie dough sa freezer.

Duncan: Ayos. 'Yung isasalang na lang.

Betty: Heto, oh. May baking pan ka?

Duncan: Meron. Heto, oh.

Betty: Okay! Puwedeng paki-buksan ang oven?

Duncan: Okay.

Betty: Paki-lagay sa tatlong daan at limampung grado ng Fahrenheit.

Duncan: Okay. Kailangan mo ba ng tulong sa cookie dough?

Betty: Sige! Humiwa ka ng maliit na piraso.

Duncan: Okay. Tapos?

Betty: Gumawa ka ng maliliit na bilog. Tapos ilagay mo sa baking pan.

Duncan: Okay. Puwede bang kainin ang cookie dough?

Betty: Hindi.

Duncan: Pero masarap ang cookie dough!

Betty: Masama sa iyo 'yan!

BAKING COOKIES

Betty: We haven't baked cookies in a long time.

Duncan: You're right. I want cookies now.

Betty: Me too.

Duncan: Do you want to bake some?

Betty: Sure!

Duncan: What kind of cookies should we bake?

Betty: Can we bake two different kinds?

Duncan: Sure! Which kinds?

Betty: I want chocolate chip cookies and snickerdoodles.

Duncan: Awesome. Do we have any flour or sugar?

Betty: No, we don't. I have frozen cookie dough in the freezer.

Duncan: Perfect! Those are easy to bake.

Betty: Here you go. Do you have a baking pan?

Duncan: Yes, I do. Here it is.

Betty: Great! Now, can you turn on the oven?

Duncan: Yes.

Betty: Can you heat the oven to three hundred fifty degrees Fahrenheit?

Duncan: Okay. Do you want help with the cookie dough?

Betty: Sure! Cut a small piece with a knife.

Duncan: Got it. What now?

Betty: Make a ball with that small piece. Then, put the ball on the baking pan.

Duncan: Okay. Can we eat the cookie dough?

Betty: No.

Duncan: But the cookie dough is so delicious!

Betty: It's not good for you!

19

WHALE WATCHING - WHALE WATCHING (A1)

Janina: Excited na akong magwhale watching ngayong araw!

Crisanto: Ako rin.

Janina: Naaalala mo ba noong nag-whale watching tayo noon? Lima o anim yatang balyena ang nakita natin!

Crisanto: Oo nga, ang astig noon. Sana suwertihin ulit tayo at makakita ng madaming balyena mamaya!

Janina: Sana nga.

Crisanto: Nagdala ka ba ng panlamig? Malamig mamaya.

Janina: Oo, nagdala rin ako ng balabal at gwantes.

Crisanto: Ayos! Oh, umaandar na ang bangka. Tara na!

Janina: Yehey! Sana makakita rin tayo ng mga dolphin. Marami rin tayong nakitang dolphin noong nakaraan!

Crisanto: Oo nga, eh. Mahilig ako sa dolphin!

Janina: Ako rin. Sila ang paborito kong hayop.

Crisanto: Hindi balyena?

Janina: Hindi.

Crisanto: Ssh! Huwag kang maingay. Baka marinig ka ng mga balyena.

Janina: Oops, okay.

(Makalipas ang tatlumpung minuto …)

Crisanto: Tingnan mo!

Janina: Saan?

Crisanto: Ayun, oh!

Janina: Wala akong nakikita!

Crisanto: Meron!

Janina: Ayan nakikita ko na! Ang ganda!

Crisanto: May dalawang balyena! Parang kumakaway pa sa atin!

Janina: Haha. Hi, mga balyena!

Crisanto: Dapat taun-taon tayo mag-whale watching!

Janina: Oo nga!

WHALE WATCHING

Janina: I'm so excited to go whale watching today!

Crisanto: I am, too.

Janina: Do you remember when we went whale watching a few years ago? We saw five or six whales!

Crisanto: That was so cool. Maybe we will be lucky again and see lots of whales today!

Janina: I hope so.

Crisanto: Did you bring your jacket? It will be a little cold.

Janina: Yes, and I brought a scarf and gloves, too.

Crisanto: Good. Oh, the boat is moving! Here we go!

Janina: Yay! I also hope we see dolphins. We saw so many dolphins last time!

Crisanto: I know. I love dolphins.

Janina: Me too. I think they are my favorite animal.

Crisanto: More than whales?

Janina: Yeah.

Crisanto: Shh. Don't say that so loud. The whales will be sad.

Janina: Oops, okay.

(30 minutes later...)

Crisanto: Look!

Janina: Where?

Crisanto: Over there!

Janina: I don't see anything!

Crisanto: It's there.

Janina: I see it! So cool!

Crisanto: There are two whales together! And it looks like they're waving to us!

Janina: Ha ha. Hi, whales!

Crisanto: We should go whale watching every year!

Janina: I agree!

20

MAHABANG FLIGHT - A LONG FLIGHT (A1)

Joanna: Ugh, hindi ako masyadong nasasabik para sa flight na ito.

Fred: Bakit naman?

Joanna: Eh, kasi sampung oras!

Fred: Oo nga, pero puwede ka namang matulog.

Joanna: Hindi ako nakakatulog sa eroplano.

Fred: Talaga?

Joanna: Oo. Ikaw ba?

Fred: Nakakatulog naman ako.

Joanna: Hindi ko kaya. Hindi ako komportable.

Fred: Anong ginagawa mo kapag mahaba ang flight?

Joanna: Nagbabasa ng libro at nanonood ng mga pelikula.

Fred: Hindi ka nananawa?

Joanna: Nananawa. Pero ngayon magaganda na ang mga pelikula sa eroplano. Naka-apat na pelikula ako sa flight ko noong nakaraang taon.

Fred: Wow, ang dami! Anong mga pelikula ang pinanood mo?

Joanna: Isang aksyon, dalawang drama at isang malungkot na pelikula. Iniiwasan ko nga manood ng nakakaiyak dahil mabilis din ako maiyak!

Fred: Haha, talaga?

Joanna: Oo, nakakahiya.

Fred: Hay, ako nga kapag natutulog sa eroplano minsan humihilik pa! Mas nakakahiya 'yun kaysa umiyak.

Joanna: Oo nga, panalo ka! Gumaan ang pakiramdam ko.

Fred: Haha! Masaya akong makatulong!

A LONG FLIGHT

Joanna: Ugh, I'm not excited about this flight.

Fred: Why not?

Joanna: Because it's ten hours long!

Fred: Yeah. But you can just sleep.

Joanna: I can't sleep on planes.

Fred: Really?

Joanna: No. Can you?

Fred: Yeah, I can sleep pretty well.

Joanna: I can't. I'm too uncomfortable.

Fred: What do you do on long flights?

Joanna: I read books and watch movies.

Fred: Do you get bored?

Joanna: Yeah, of course. But planes have pretty good movies these days. I watched four movies on my flight last year.

Fred: Wow. That's a lot of movies! What kind of movies did you watch?

Joanna: An action movie, two dramas, and one sad movie. I try not to watch sad movies on planes because I cry a lot!

Fred: Ha ha, really?

Joanna: Yeah. It's embarrassing.

Fred: Well, sometimes I snore when I sleep on planes! I think that's more embarrassing than crying.

Joanna: Yes, I think you win! I feel better now.

Fred: Ha ha. I'm glad I helped!

21

PAG-E-EKSAM -
TAKING TESTS (A1)

Gabrielle: Uy, Luca. Anong ginagawa mo?

Luca: Hi, Gabrielle. Nag-aaral ako. Ikaw?

Gabrielle: Bakanteng oras ko ngayon sa klase, kaya magpapahinga lang ako at makikinig ng mga kanta.

Luca: Ayos. Gusto ko rin sana magpahinga, pero kailangan kong mag-aral.

Gabrielle: Anong inaaral mo?

Luca: Kasaysayan ng mga Intsik.

Gabrielle: Oh, mukhang mahirap, ah.

Luca: Oo, masaya siya pag-aralan, pero mahirap. Ang daming kailangang kabisaduhing lugar at pangalan!

Gabrielle: Anong klaseng exam ba ito?

Luca: May mga sagot na pagpipilian, sagot na miiksi at sanaysay.

Gabrielle: Mukhang mahirap nga!

Luca: Hindi naman... magaling ang propesor pero mahirap ang klase. Ganumpaman, marami naman akong natututunan.

Gabrielle: Ayos. Gaano katagal ang eksam?

Luca: Isa't kalahating oras.

Gabrielle: Puwedeng tumingin sa mga libro?

Luca: Hindi. Kailangan namin kabisaduhin lahat.

Gabrielle: Ah, gano'n ba?

Luca: Laging mataas ang grado mo sa mga eksam. Paano mo nagagawa 'yun?

Gabrielle: Haha, hindi lagi! Hindi ko alam. Siguro kaka-aral lang din.

Luca: Madalas din naman ako mag-aral, pero may mababababang grado ako minsan. Hindi ako magaling sa mga eksam.

Gabrielle: Puwede kitang bigyan ng mga payo kung gusto mo. Baka sakaling makatulong.

Luca: Gusto ko 'yan!

TAKING TESTS

Gabrielle: Hey, Luca. What are you doing?

Luca: Hi, Gabrielle. I'm studying. What about you?

Gabrielle: I have a break between classes now, so I will sit and listen to some music.

Luca: Cool. I want to relax too, but I have to study.

Gabrielle: What are you studying?

Luca: Chinese history.

Gabrielle: Oh, that sounds hard.

Luca: Yeah. It's cool, but it's a little difficult. There are so many places and names to remember!

Gabrielle: What kind of test is it?

Luca: Multiple choice, short answer, and writing.

Gabrielle: That doesn't sound easy!

Luca: No... the professor is good but her class is tough. I'm learning a lot though.

Gabrielle: That's cool. How long is the test?

Luca: An hour and a half.

Gabrielle: Can you look at your notes during the test?

Luca: No. We have to memorize everything.

Gabrielle: I see.

Luca: You always get good grades on tests. How do you do it?

Gabrielle: Ha ha, not always! I don't know. I guess I study a lot.

Luca: I study a lot, too, but I get bad grades sometimes. I'm not good at tests.

Gabrielle: I can give you some study tips if you want. Maybe they will help you.

Luca: I would love that!

22

PUMUNTA TAYO SA GYM - LET'S GO TO THE GYM (A1)

Ron: Hi, Leslie. Busy ka ba ngayon?

Leslie: Hi, Ron. Hindi naman. Bakit?

Ron: Gusto ko kasing pumunta sa gym. Gusto mo bang sumama?

Leslie: Hindi ko alam... Wala akong gym membership.

Ron: Wala rin ako. Iniisip ko ngang sumali.

Leslie: Okay.

Ron: Sabay na tayo sumali!

Leslie: Sige! Saang gym mo gusto?

Ron: Hindi ko pa alam. Gusto kong mag-exercise, pero 'yung masaya na workout.

Leslie: Mahilig ka ba sa rock climbing?

Ron: Hindi ko alam. Hindi ko pa nasubukan.

Leslie: May kabubukas lang na gym para sa rock climbing noong isang linggo.

Ron: Ayos! Kailangan ba magaling na sa rock climbing bago sumali?

Leslie: Hindi, kahit sino puwedeng sumali.

Ron: Magkano ang membership?

Leslie: Nasa 1,500 pesos kada buwan yata. At saka libre pala 'yung unang linggo!

Ron: Ayos, ah! Hindi ko alam na mahilig ka pala sa rock climbing.

Leslie: Oo! Ano, sali na tayo sa rock climbing?

Ron: Okay! Kailangan ba ng sapatos na pang-rock climbing?

Leslie: Hindi. Kahit simpleng sapatos puwede na.

Ron: Eh, sa damit?

Leslie: Hindi rin. Kahit anong damit pang-ehersisyo puwede.

Ron: Okay. Nasasabik na ako!

Leslie: Ako rin! Handa ka na ba?

Ron: Oo, tara!

LET'S GO TO THE GYM

Ron: Hi, Leslie. Are you busy right now?

Leslie: Hi, Ron. No, I'm not. What's up?

Ron: I want to go to the gym. Will you come with me?

Leslie: I don't know. I don't have a gym membership.

Ron: I don't either. I'm thinking of joining a gym.

Leslie: Okay.

Ron: Let's join one together!

Leslie: Sure! Which gym do you want to join?

Ron: I'm not sure. I want to exercise, but I want a fun workout.

Leslie: Do you like rock climbing?

Ron: I don't know. I have never gone rock climbing.

Leslie: A new rock-climbing gym opened up last week.

Ron: That's cool! Do I have to be good at rock climbing to join?

Leslie: No, you don't. Anyone can join.

Ron: How much is the membership?

Leslie: I think the membership is about thirty dollars a month. Also, the first week is free!

Ron: That's amazing! I didn't know you liked rock climbing.

Leslie: I do! Should we join the rock-climbing gym?

Ron: Okay! Do I need rock climbing shoes?

Leslie: No. You can wear sneakers.

Ron: Do I need special clothes?

Leslie: No, you don't. You can wear normal exercise clothes.

Ron: Okay. This is exciting!

Leslie: It is! Are you ready to go?

Ron: Yeah, let's do it!

23

ANG PAGPUNTA NAMIN SA PARIS - OUR TRIP TO PARIS (A1)

Rachelle: Hi, Cesar!

Cesar: Uy, kumusta? Nakita ko mga litrato ng bakasyon mo! Mukhang masaya!

Rachelle: Oo masaya nga! Ayoko na ngang umuwi, eh.

Cesar: Hindi naman ako magugulat, ang dami mong napasyalan! Gusto ko 'yung mga litrato mo sa Louvre at Montmarte.

Rachelle: Salamat. Halos limang daan yata ang litrato ko sa byahe ko. Iilan lang ang nilagay ko sa social media, pero gagawa ako ng album ng lahat ng litrato. Puwede mo tingnan kapag tapos na.

Cesar: Sige ba! Ang sasarap nga tingnan ng mga pagkain. Nakakainggit!

Rachelle: Oo, totoo! Para akong nasa langit. Alam mo naman, mahilig ako sa wine at keso.

Cesar: Inuwian mo ba ako ng wine?

Rachelle: Hindi na kasya sa bagahe ko! Pero puwede kita bigyan kapag nagpunta ka para tingnan ang mga litrato.

Cesar: Sige! Mababait naman ba ang mga tao roon?

Rachelle: Oo. Karamihan sa kanila ay sobrang babait.

Cesar: Saan ka natulog doon?

Rachelle: Sa 11th arrondissement.

Cesar: 11th... ano?

Rachelle: Haha, arrondissement. Parang isang pamayanan.

Cesar: Oh, ayos. Kumusta naman doon?

Rachelle: Maganda. Maraming kainan sa paligid.

Cesar: Hindi na ko makapaghintay sa iba mo pang kwento!

Rachelle: Oo, ipapakita ko sa iyo ang iba pang mga litrato sa susunod!

OUR TRIP TO PARIS

Rachelle: Hi, Cesar!

Cesar: Hey, how are you? I saw the pictures of your vacation! It looked amazing!

Rachelle: It was! I didn't want to come home.

Cesar: I'm not surprised. You did so many cool things! I loved your pictures of the Louvre and Montmartre.

Rachelle: Thanks. I took about five hundred pictures on the trip. I only put some of them on social media, but I will make an album with all the photos. You can come over and look at it.

Cesar: I would love to! The food looked so good, too. I'm so jealous.

Rachelle: Oh my gosh. I was in heaven. You know I love wine and cheese.

Cesar: Did you bring me some wine?

Rachelle: I didn't have room in my suitcase! But you can have some when you come over and look at the pictures.

Cesar: Great! Were the local people friendly?

Rachelle: Yes. Most people were super nice.

Cesar: Where did you stay?

Rachelle: We stayed in the 11th arrondissement.

Cesar: The 11th a-what?

Rachelle: Ha ha, arrondissement. They're like neighborhoods.

Cesar: Oh, cool. How was it?

Rachelle: It was awesome. There were great restaurants in our neighborhood.

Cesar: Well, I can't wait to hear more about your trip!

Rachelle: Yes, I'll show you pictures soon!

24

MASYADONG MAINIT DITO - IT'S TOO HOT (A1)

Carla: Ugh, hindi ko talaga gusto ang tag-init!

Zhang-wei: Bakit naman?

Carla: Masyadong mainit.

Zhang-wei: Oo, lalo na sa lugar natin.

Carla: Gusto ko nang lumipat sa Finland.

Zhang-wei: Haha, talaga?

Carla: Well, oo. Kaso hindi ako sanay mag-Finnish. Puwede rin naman sa may norteng bahagi ng Canada.

Zhang-wei: Siguradong maganda roon.

Carla: Oo. Anong paborito mong panahon?

Zhang-wei: Sa totoo lang, tag-init.

Carla: Talaga?

Zhang-wei: Oo. Pero kapag masyadong mainit, tumatambay lang ako sa malalamig na lugar tulad ng mall o kapihan.

Carla: Iniiwasan ko nga maglagi sa mall, kasi kapag nagtatagal ako roon, nauubos ang pera ko!

Zhang-wei: Haha, oo nga. Ako iniiwan ko ang credit card ko kapag pumupunta sa mall, para hindi ako sosobra sa hawak kong pera.

Carla: Oo nga 'no. Magawa nga rin 'yan.

Zhang-wei: Oo, kapag nakatira ka na sa Canada, dalhin mo lang ang Canadian dollars mo sa mall. Hindi ka na maiinitan, hindi ka pa mapapagastos!

Carla: Parang magandang ideya nga talaga na lumipat ako roon. Salamat, Zhang-wei! Haha.

Zhang-wei: Walang anuman! Puwede ba kitang bisitahin sa Canada?

Carla: Oo naman! Puwede ka pang matulog sa bahay ko kahit gaano katagal.

Zhang-wei: Ayos!

IT'S TOO HOT

Carla: Ugh, I don't like the summer.

Zhang-wei: Why not?

Carla: It's too hot.

Zhang-wei: Yeah. It's especially hot in our city.

Carla: I want to move to Finland.

Zhang-wei: Ha ha, really?

Carla: Well, yes. But I don't speak Finnish. So maybe I'll move to northern Canada.

Zhang-wei: I'm sure it's beautiful.

Carla: Yep. So, what's your favorite season?

Zhang-wei: I love the summer, actually.

Carla: Really?

Zhang-wei: Yes. But when it's too hot I just hang out somewhere with air conditioning, like the mall or a coffee shop.

Carla: I try not to go to the mall so much, because whenever I'm there for a long time, I spend all my money!

Zhang-wei: Ha ha, true. I leave my credit cards at home when I go to the mall, so I can't spend more than the cash I bring with me.

Carla: Oh, wow. That's a really good idea. I think I will do that.

Zhang-wei: Yeah, when you live in Canada, you can take your Canadian dollars to the mall. You won't be hot *and* you will save a lot of money!

Carla: This idea is sounding better and better! Thanks, Zhang-wei! Ha ha.

Zhang-wei: No problem! Can I visit you in Canada?

Carla: Of course! You can stay at my place as long as you would like.

Zhang-wei: Great!

25

MGA ISTILO NG PAGTULOG - SLEEPING STYLES (A1)

Irina: Hi, Wes! Ang guwapo mo ngayon! Nagpagupit ka ba?

Wes: Oh? Salamat! Hindi ako nagpagupit. Nakatulog lang talaga ako nang maayos. Siguro kaya iba ang itsura ko?

Irina: Oo, baka nga! Mukha kang nakapagpahinga nang maayos.

Wes: Wow, nakatulog na nga ako nang maayos, gumuwapo ba ako? Mukhang maganda ang araw na ito.

Irina: Well, masaya ako na nakatulog ka nang maayos. Ilang oras ka ba natutulog kadalasan?

Wes: Mga lima hanggang anim na oras lang. Sobrang abala ko ngayon, kaya hirap ako kumuha ng tulog.

Irina: Ah, oo nga. Kakasimula mo lang sa bagong trabaho, 'no?

Wes: Oo. At naisipan kong bumili ng bagong kutson noong una kong sweldo. Sulit naman!

Irina: Oh, talaga? Bakit?

Wes: Hindi siya masyadong matigas, hindi rin siya masyadong malambot. Sobrang komportable. Bumili rin ako ng mga bagong unan.

Irina: Mukhang ayos nga 'yan, ah. Luma na rin ang kutson ko! Kaya siguro hindi rin ako nakakatulog nang maayos.

Wes: Baka nga! Hindi ko alam na makakatulong pala ang bagong kutson sa maayos na tulog.

Irina: Wow. Makabili nga ng bagong kutson!

Wes: Oo, tama 'yan!

SLEEPING STYLES

Irina: Hi, Wes. You look great! Did you get a haircut?

Wes: Oh, thanks! No, I didn't. I slept really well. Maybe that's why I look different?

Irina: Yes, maybe! You look well-rested!

Wes: Wow, I got enough sleep *and* I look good? This is the best day ever.

Irina: Well I'm happy you got some sleep. How many hours of sleep do you usually get?

Wes: Maybe five or six hours. I am so busy these days, so it's hard to sleep.

Irina: Yeah, you just started a new job, right?

Wes: Yes. And I decided to buy a new mattress with my first paycheck. And I love it!

Irina: Oh, really? Why do you love it?

Wes: It's the perfect combination of soft and firm. It's so comfortable. And I got some new pillows too.

Irina: That sounds amazing. My mattress is so old! Maybe that's why I don't sleep very well.

Wes: Maybe! I didn't realize that a new mattress can help you sleep so well.

Irina: Wow. Maybe I should buy a new mattress!

Wes: I highly recommend it!

26

PAGBABALIK NG BINILI SA TINDAHAN - RETURNING AN ITEM TO THE STORE (A2)

Divya: Hello, ano pong kailangan n'yo?

Mikhail: Gusto ko sana ibalik itong t-shirt na ito.

Divya: Okay po. Ano pong problema sa t-shirt?

Mikhail: Napansin ko lang pagkatapos kong bilhin na may maliit na butas sa kanang manggas.

Divya: Ah, ganon po ba? Pasensiya na po. May resibo po kayong dala?

Mikhail: 'Yun nga 'yung problema. Naitapon ko na ang resibo.

Divya: Ah, ganon po? Kung nakakabit pa po ang presyo, puwede na po 'yun. Kadalasan po hinahanap po namin ang resibo kapag merong ibinabalik. Pero dahil may problema po ang t-shirt at nakakabit pa po ang presyo, tatanggapin na po namin.

Mikhail: Maraming salamat.

Divya: Okay po. Pasensiya na rin po sa abala.

Mikhail: Okay lang. Gusto ko ang tindahan na ito dahil maganda ang inyong customer service.

Divya: Salamat po! Dala n'yopo ba ang credit card na pinambili n'yosa t-shirt na ito?

Mikhail: Oo, heto.

Divya: Salamat. Paki-pasok na lang po ang credit card dito.

Mikhail: Okay.

Divya: Pirma na lang po kayo rito sa kanan ng screen.

Mikhail: Mababalik ba ang pera sa credit card ko?

Divya: Opo. Makukuha n'yopo ang pera n'yosa loob ng dalawampu't apat na oras. Kailangan n'yopo ng resibo?

Mikhail: Oo, sige. Hindi ko na itatapon.

Divya: Haha, okay po! Ingat po!

Mikhail: Salamat po, kayo rin!

RETURNING AN ITEM TO THE STORE

Divya: Hello, how can I help you?

Mikhail: I would like to return this shirt.

Divya: Okay. Was something wrong with the shirt?

Mikhail: Yes. I noticed after I bought it that there is a small hole on the right sleeve.

Divya: I see. I'm sorry to hear about that. Do you have the receipt?

Mikhail: No. That's the problem. I threw away the receipt.

Divya: Oh, I see. Well, the price tag is still on it, so that's good. Usually we require the receipt for returns. But because there was a problem with the shirt and the price tag is still on it, we will accept the return.

Mikhail: Thanks so much.

Divya: Of course. I'm sorry for the inconvenience.

Mikhail: It's fine. I like this store and you guys always have good customer service.

Divya: Thank you! Do you have the credit card that you used to buy the shirt?

Mikhail: Yes, here it is.

Divya: Thank you. You can insert the card here.

Mikhail: Okay.

Divya: And sign right there on the screen.

Mikhail: Will the money go back onto my card?

Divya: Yes. You will get a refund within twenty-four hours. Would you like a receipt?

Mikhail: Yes, please! And this time I won't throw it away.

Divya: Ha ha, good! Have a good day!

Mikhail: Thanks; you too.

27

SA PAMILIHAN - AT THE GROCERY STORE (A2)

Seo-yeon: Anu-ano mga kailangan natin?

Max: Lettuce, kamatis, sibuyas, mansanas, yogurt, mustard...

Seo-yeon: Magsimula muna tayo sa mga prutas at gulay. Ilang kamatis ang kailangan natin?

Max: Apat.

Seo-yeon: Okay.

Max: Heto ang apat na kamatis.

Seo-yeon: Hindi pa hinog itong isa.

Max: Ah, gano'n ba? Ito?

Seo-yeon: 'Yan, maganda 'yan. Ilang sibuyas ang kailangan natin?

Max: Isa lang.

Seo-yeon: Pula o dilaw?

Max: Uhm... pula.

Seo-yeon: Tapos anong klase ng lettuce?

Max: Romaine na lang.

Seo-yeon: Okay. Kumuha na rin tayo ng carrots at celery.

Max: Meron pa tayong celery sa bahay.

Seo-yeon: Ah, talaga?

Max: Oo.

Seo-yeon: Maayos pa?

Max: Mukha naman.

Seo-yeon: Okay. Ayun ang mga mansanas.

Max: Kukuha na ako ng ilang piraso.

Seo-yeon: Mamimili na rin ba tayo para sa hapunan sa Huwebes at Biyernes?

Max: Oo, anu-ano ba ang mga dapat bilhin?

Seo-yeon: Pasta at manok?

Max: Anong klase ng pasta?

Seo-yeon: Penne?

Max: Okay, sige. Anong klase ng sarsa ang lulutuin natin?

Seo-yeon: Gumawa tayo ng maanghang na tomato sauce.

Max: Oh, mukhang masarap nga 'yun. Tapos anong gagawin natin sa manok?

Seo-yeon: May nakita akong luto para sa laman ng manok. May sour cream, parmesan cheese, at iba pang pampalasa. Madali lang gawin.

Max: Mukhang masarap! Sige, 'yun na lang ang gawin natin.

Seo-yeon: Okay! Bumili na tayo ng mga sangkap.

AT THE GROCERY STORE

Seo-yeon: What do we need?

Max: Lettuce, tomatoes, onions, apples, yogurt, mustard…

Seo-yeon: Let's start with the fruits and veggies. How many tomatoes do we need?

Max: Four.

Seo-yeon: Okay.

Max: Here are four tomatoes.

Seo-yeon: That one isn't ripe.

Max: Oh, I see. What about this one?

Seo-yeon: That one's good. How many onions do we need?

Max: Just one.

Seo-yeon: Red or yellow?

Max: Umm… red.

Seo-yeon: And what kind of lettuce?

Max: Let's get romaine.

Seo-yeon: All right. Oh, let's get some carrots and celery too.

Max: We already have celery at home.

Seo-yeon: We do?

Max: Yeah.

Seo-yeon: And it's still good?

Max: I think so.

Seo-yeon: Great. There are the apples.

Max: I'll get a few.

Seo-yeon: Should we get stuff for dinner on Thursday and Friday?

Max: Yeah, what should we get?

Seo-yeon: Maybe pasta and some chicken?

Max: What kind of pasta?

Seo-yeon: Penne?

Max: Okay, sure. What kind of sauce should we make?

Seo-yeon: Let's do a spicy tomato sauce.

Max: Ooh, that sounds good. And what should we do with the chicken?

Seo-yeon: I saw a recipe for chicken breasts with sour cream, Parmesan cheese, and a few simple seasonings. It's very easy to make.

Max: Sounds good! Let's make that.

Seo-yeon: Perfect! Let's get the ingredients.

28

PAGHAHANAP NG BAHAY NA MAUUPAHAN - LOOKING FOR APARTMENTS (A2)

Lina: Kailangan nating maghanap ng bahay na mauupahan.

Vicente: Okay. Saang lugar tayo maghahanap?

Lina: Parang maganda sa North Park, Hillcrest, at Normal Heights.

Vicente: Paano ang South Park?

Lina: Parang masyadong mahal sa South Park. Maghanap tayo sa mga website.

Vicente: Sige.

Lina: Tingnan mo itong apartment na ito, may isang kwarto at may malaking sala. Tapos 65,000 pesos lang kada buwan.

Vicente: Mura 'yan. Saan 'yan?

Lina: Sa North Park. At may swimming pool pa!

Vicente: Ayos! Puwede ba ang aso?

Lina: Ay, nakalimutan kong may aso tayo!

Vicente: Paano mo makakalimutan 'yon?!

Lina: Hindi ko rin alam. Hmm... ito pa isang apartment. Sa may Hillcrest at puwede ang aso. Pero walang swimming pool.

Vicente: Ayos lang. Hindi naman natin kailangan ng pool. Magkano ang renta?

Lina: 75,000 pesos kada buwan.

Vicente: Medyo mahal.

Lina: Oo nga, pero maganda talaga ang lugar na iyan. May dalawang paradahan din ang apartment.

Vicente: Ah, ayos. Mahirap pa man din pumarada sa lugar na iyan!

Lina: Oo nga.

Vicente: Tawagan na ba natin sila?

Lina: Sige, magpapadala na ako ng e-mail sa kanila.

Vicente: Ayos! Pero maghanap pa rin tayo ng iba pang apartment.

Lina: Oo, tama ka.

LOOKING FOR APARTMENTS

Lina: We need to look for an apartment.

Vicente: Okay. What neighborhoods should we look in?

Lina: I think we should focus on North Park, Hillcrest, and Normal Heights.

Vicente: What about South Park?

Lina: I think South Park is a little too expensive. Let's look at some websites.

Vicente: Good idea.

Lina: Look at this apartment. It's a one-bedroom with a big living room. And it's only $1,300 a month.

Vicente: That's cheap. Where is it?

Lina: It's in North Park. And the apartment complex has a pool!

Vicente: Oh, nice! Does it allow dogs?

Lina: Oh, oops. I forgot about that. We have a dog!

Vicente: How could you forget that?!

Lina: I don't know. Hmm... here is another apartment. This one is in Hillcrest and it allows dogs. But it doesn't have a pool.

Vicente: That's okay. We don't need a pool. How much is the rent?

Lina: It's $1,450 a month.

Vicente: That's a little expensive.

Lina: Yeah, it is. But the area is really nice and the apartment has two parking spaces too.

Vicente: Oh, that's good. Parking can be difficult in that neighborhood!

Lina: Yes, that's true.

Vicente: Should we contact them?

Lina: Yes, we should. I'll send them an email now.

Vicente: Great! But let's keep looking for more apartments.

Lina: Yes, good idea.

29

PAGKAIN NG TAMA - EATING HEALTHILY (A2)

Catherine: Gusto kong kumain ng mas masustansyang pagkain.

Greg: Pero 'di ba masustansya naman na ang mga kinakain mo?

Catherine: Hindi, ah! Madami pa rin akong kinakain na hindi masustansya. Hindi rin ako kumakain nang sapat na prutas at gulay.

Greg: Pero bata ka pa. Kumain ka na lang ng masustansya kapag matanda ka na.

Catherine: Hindi. Importanteng magsimula na ngayon.

Greg: Okay. Anong mga kakainin mo?

Catherine: Sa almusal, oatmeal, prutas o kaya yogurt. At saka tsaa siguro.

Greg: Mukhang hindi masaya kainin 'yun, ah.

Catherine: Maraming masasarap na prutas at yogurt! 'Yung oatmeal medyo hindi nga masaya kainin, pero dadagdagan ko na lang ng prutas at asukal na pula. Mas magiging masarap 'yun.

Greg: Gano'n ba? Anong kakainin mo sa tanghalian?

Catherine: Salad, gulay, at saka kanin din siguro.

Greg: Mabubusog ka ba sa salad?

Catherine: Oo, kapag madami.

Greg: Paano naman sa hapunan?

Catherine: Gulay, manok, beans, salad... mga gano'n.

Greg: Oh, mahilig ako sa manok!

Catherine: Ako rin.

Greg: Hmm... masubukan nga rin itong diet pansamantala.

Catherine: Talaga? Pero sabi mo hindi masaya kumain ng mga masustansyang pagkain.

Greg: Oo, pero naging inspirasyon ka sa akin. Gusto ko rin maging malusog kagaya mo.

Catherine: Haha, wow! Okay, sabay tayong magpakalusog!

Greg: Woohoo!

EATING HEALTHILY

Catherine: I want to eat more healthy foods.

Greg: But you already eat healthy foods, right?

Catherine: No way! I eat so much junk food. And I don't eat enough fruits and vegetables.

Greg: But you're young. You can start eating more healthy foods later when you're older.

Catherine: No, it's important to start now.

Greg: Okay. So, what will you eat?

Catherine: Well, for breakfast I will eat oatmeal or fruit or yogurt. And maybe drink some tea.

Greg: That sounds boring.

Catherine: There are many delicious fruits and yogurts! Oatmeal is a little boring, but I add fruit and brown sugar to it. That makes it tastier.

Greg: I see. What will you eat for lunch?

Catherine: Salad, vegetables, maybe some rice.

Greg: Will you feel full after eating salad?

Catherine: Yes, if it is big.

Greg: And what will you eat for dinner?

Catherine: Vegetables, chicken, beans, salad... things like that.

Greg: Oh, I like chicken!

Catherine: Me too.

Greg: Hmm... maybe I'll try this healthy diet for a short time.

Catherine: Really? But you think most healthy food is boring.

Greg: Yeah, but you are inspiring me. I want to be healthy like you.

Catherine: Ha ha wow! Okay... let's get healthy together!

Greg: Woohoo!

30

PAGPAPLANO NG KASAL - PLANNING A WEDDING (A2)

Sara: Nasasabik na ako sa kasal natin!

Patrick: Ako rin!

Sara: May isang taon lang tayo para magplano, kaya dapat magsimula na tayo ngayon.

Patrick: Mahaba ang isang taon!

Sara: Hindi 'no! Mabilis lang 'yun.

Patrick: Hmm, oo nga. So, anong dapat nating unahin?

Sara: Pag-usapan muna natin kung gaano kalaki ang kasal. Ilang tao ang iimbitahin natin?

Patrick: Hmm, mga dalawang daan?

Sara: Dalawang daan? Ang dami!

Patrick: Talaga? Pero 'di ba 'yun ang normal?

Sara: Parang mas normal ang isang daan o kaya isang daan at kalahati.

Patrick: Okay. Siguro mga isang daan at kalahati nga.

Sara: Tapos saan mo gusto ikasal? Sa dagat? Sa parke? Sa hotel?

Patrick: Matagal ko nang gusto ikasal sa dagat.

Sara: Ako rin! Talagang bagay nga tayo, kaya kita mahal, eh! Anong pagkain ang ihahanda natin?

Patrick: Steak at sushi!

Sara: Steak at sushi? Parang masyadong mahal 'yun!

Patrick: Okay... siguro steak na lang?

Sara: Hmm... pag-usapan na lang natin sa susunod. Anong musika ang maganda?

Patrick: Gusto ko may DJ para makakasayaw tayo buong gabi!

Sara: Sigurado ka bang gusto mong ipakita ang pagsasayaw mo sa pamilya at mga kaibigan mo?

Patrick: Haha, anong ibig mong sabihin?

Sara: Well, papakasalan kita dahil mabait ka at mapagmahal, pero hindi dahil magaling kang sumayaw!

Patrick: Aray!

PLANNING A WEDDING

Sara: I'm so excited for our wedding!

Patrick: Me too!

Sara: We only have a year to plan it, so we should start planning now.

Patrick: A year is a long time!

Sara: Not really! It will go very fast.

Patrick: Hmm, yeah. So, what should we do first?

Sara: Let's talk about the size of the wedding. How many people should we invite?

Patrick: Hmm, maybe two hundred?

Sara: Two hundred?! That's so many!

Patrick: Really? That's normal, right?

Sara: I think one hundred or one hundred fifty is more normal.

Patrick: All right. Maybe one hundred fifty.

Sara: And where do you want to get married? The beach? A park? A hotel?

Patrick: I have always wanted to get married at the beach.

Sara: Me too! See? This is why I love you. What kind of food should we serve?

Patrick: I want steak and sushi!

Sara: Steak and sushi? I think that will be expensive!

Patrick: Okay... maybe just steak?

Sara: Hmmm... let's talk about that later. What about music?

Patrick: I want a DJ so we can dance all night!

Sara: Are you sure you want all your friends and family to see you dance?

Patrick: Ha ha, what are you saying?

Sara: Well, I'm marrying you for your wonderful heart and personality, not for your dancing skills!

Patrick: Ouch!

31

KAILANGAN KONG MAGPAGUPIT - I NEED A HAIRCUT (A2)

Yesenia: Kailangan ko nang magpagupit.

Matthew: Maayos pa naman ang buhok mo, ah.

Yesenia: Oo, maayos pa naman, kaya lang masyado nang mahaba.

Matthew: Gaano kahaba ang ipapagupit mo?

Yesenia: Mga ilang pulgada lang.

Matthew: Hindi naman pala ganoon kaiksi. Kung magbabayad ka na rin lang sa pagpapagupit, sagarin mo na.

Yesenia: Pero ayoko masyado galawin ang buhok ko!

Matthew: Eh, bakit ka magpapagupit?

Yesenia: Gusto ko lang na maging malusog ang buhok ko.

Matthew: Ah, okay. Magkano ang pagpapagupit?

Yesenia: Mga dalawang libong piso.

Matthew: Dalawang libo? Ang mahal naman niyan!

Yesenia: Ganyan talaga ang normal na presyo ng gupit sa babae rito.

Matthew: Wow, buti na lang lalaki ako. Magkano naman ang pagpapakulay ng buhok?

Yesenia: Depende, pero nasa limang libong piso siguro.

Matthew: Limang libo? Hindi ako makapaniwala na may gumagastos nang ganyan para lang sa buhok.

Yesenia: Oo, mahal nga. Pero kapag kasi maganda ang buhok ko, maganda rin ang pakiramdam ko.

Matthew: Well, kung masaya ka, masaya na rin ako. Kaya magpapagupit na rin ako!

Yesenia: Haha. Sige, magpapa-iskedyul na ako ngayon.

Matthew: Sige!

I NEED A HAIRCUT

Yesenia: I need to get a haircut.

Matthew: I think your hair looks fine.

Yesenia: Yeah, it doesn't look bad, but it's too long.

Matthew: How much will you cut?

Yesenia: Just a couple inches.

Matthew: That's not very much. If you're already paying for a cut, you should do something more dramatic.

Yesenia: But I don't want to change it very much!

Matthew: So why do you want to cut it?

Yesenia: Because I want to keep my hair healthy.

Matthew: Oh, I see. So how much will it cost?

Yesenia: It usually costs around forty-five dollars.

Matthew: Forty-five dollars! That's so expensive!

Yesenia: That's the average cost for women's haircuts in this city.

Matthew: Wow, I'm glad I'm a guy. How much does it cost to dye your hair?

Yesenia: It depends on what you do, but around one hundred dollars.

Matthew: One hundred dollars?! I can't believe how much some people spend on their hair.

Yesenia: Yeah, it's a lot. But when my hair looks good, I'm happy.

Matthew: Well, when you're happy, I'm happy. So, this haircut is good for both of us!

Yesenia: Ha ha. All right, I will make the appointment now.

Matthew: Great!

32

PAGPUNTA SA AQUARIUM - GOING TO AN AQUARIUM (A2)

Kylie: Pumunta tayo sa aquarium ngayong araw.

Darren: Sige maganda 'yan. Saan?

Kylie: Sunshine Aquarium. Bago 'yun.

Darren: Ah, talaga? Sige. Anong oras tayo aalis?

Kylie: Mga alas-nuwebe i-medya. Gusto ko dumating bago pa sila magbukas.

Darren: Bakit ang aga mo gustong makarating?

Kylie: Kasi sikat siya kaya maraming tao roon panigurado.

Darren: Okay. Bibili ba tayo ng tiket sa internet o doon na sa aquarium?

Kylie: Puwede naman kahit saan, pero mas mura ng isang daang piso kapag sa internet tayo bumili.

Darren: Ah, gano'n ba? Sige, sa internet na nga lang tayo bumili ng tiket. Ako na ang gagawa. Anong website?

Kylie: www.sunshineaquarium.com

Darren: Okay. Anong bibilin natin? Yung regular na tiket pang-matanda o tiket na may kasamang tour?

Kylie: Regular na tiket lang.

Darren: Okay. Gagamitin ko ang debit card ko.

Kylie: Okay, salamat! Ako na ang bibili ng tanghalian.

(Sa aquarium)

Darren: Saan tayo unang pupunta?

Kylie: Tingnan muna natin ang mga jellyfish!

Darren: Okay! Astig ang mga jellyfish, kaya lang medyo nakakatakot.

Kylie: Totoo. Gusto ko lang sila nakikita sa aquarium pero hindi sa dagat!

Darren: Haha, ako rin.

Kylie: Tingnan mo 'yung isa! Ang laki!

Darren: Wow!

Kylie: Anong susunod nating titingnan?

Darren: Mga pugita!

Kylie: Yuck! Ayoko sa pugita. Ikaw na lang mag-isa. Titingnan ko na lang muna ang mga pagi.

Darren: Okay, sige. Mamaya na lang!

GOING TO AN AQUARIUM

Kylie: Let's go to the aquarium today.

Darren: That's a good idea! Which one?

Kylie: Sunshine Aquarium. It's new.

Darren: Oh, really? Cool. What time should we leave?

Kylie: Let's leave at nine thirty. I want to arrive before they open.

Darren: Why do you want to arrive so early?

Kylie: Because the aquarium is popular and many people will be there.

Darren: Okay. Do we buy tickets online or at the aquarium?

Kylie: We can buy tickets online or at the aquarium, but it's two dollars cheaper if we buy them online.

Darren: Oh, I see. Let's buy the tickets online. I will do it. What's the website?

Kylie: www.sunshinesquarium.com

Darren: All right. Should we buy the regular adult tickets or the adult tickets with the tour?

Kylie: Just the regular adult tickets.

Darren: Cool. I will use my debit card.

Kylie: Great, thanks! I will buy lunch.

(At the aquarium)

Darren: Where should we go first?

Kylie: Let's see the jellyfish!

Darren: Okay! Jellyfish are so cool. But they are also a little scary.

Kylie: I agree. I like to see them in an aquarium. Not in the ocean!

Darren: Ha ha, me too.

Kylie: Look at that one! It's so big!

Darren: Wow!

Kylie: What should we see next?

Darren: Let's look at the octopuses!

Kylie: Eww... I hate octopuses. You can go there. I will go check out the stingrays.

Darren: That works for me. See you soon!

33

HINDI NA MAINIT ANG KAPENG ITO - THIS COFFEE IS NOT HOT (A2)

Cynthia: Hi! Hindi na mainit ang kapeng ito. Puwede bang pakipalitan?

Victor: Oh, nakakapagtaka. Katitimpla ko lang niyan.

Cynthia: Baka may problema sa makina?

Victor: Wala naman... Pero sige, igagawa kita ng bagong kape.

Cynthia: Salamat! Baka ako lang, mahilig kasi ako sa sobrang init na kape.

Victor: Ah, talaga?

Cynthia: Oo. Mas masarap siya para sa akin!

Victor: Ang galing. Ako naman, mas gusto ko ang kape na may yelo.

Cynthia: Gusto ko rin ng kapeng may yelo, pero kapag mainit lang sa labas.

Victor: Oo, medyo kakaiba nga ako.

Cynthia: Haha. Pareho tayong kakaiba.

Victor: Oo nga! Heto na ang bago mong kape. Sinubukan kong gawing mas mainit pa.

Cynthia: Wow! Mainit nga! Nasobrahan yata sa init! Maghihintay muna ako ng ilang minuto bago ko inumin ito.

Victor: Oo, ingat na lang. Ayokong mapaso ka.

Cynthia: Ako rin. Pero ang sarap ng lasa niya. Anong klaseng kape ito?

Victor: Galing 'yan sa Guatemala. Masarap, 'di ba?

Cynthia: Oo, ang sarap nga. Okay, mukhang lumamig na nang konti ang kape. Puwede ko na siyang inumin.

Victor: Ayos! 200 pesos ang babayaran mo.

Cynthia: Heto ang 500 pesos.

Victor: Salamat. 300 pesos ang sukli mo. Sana magustuhan mo!

Cynthia: Salamat! Salamat din sa pagtimpla ng bagong kape para sa akin.

Victor: Walang problema.

THIS COFFEE IS NOT HOT

Cynthia: Excuse me. This coffee is not very hot. Can I get another one?

Victor: Oh, that's weird. I just made it.

Cynthia: Maybe there is a problem with the machine?

Victor: I don't think so. But sure, I can make you another coffee.

Cynthia: Thank you! Maybe it's just me? I like very hot coffee.

Victor: Oh, really?

Cynthia: Yes. Hot coffee just tastes better to me!

Victor: Interesting. I actually prefer iced coffee.

Cynthia: I like iced coffee, but only when it's hot outside.

Victor: Yeah. I'm kind of strange.

Cynthia: Ha ha. Well, maybe we are both strange.

Victor: Yes, maybe! Here is your new coffee. I tried to make it extra hot.

Cynthia: Oh wow! This is hot! I think it's actually too hot! I will wait a couple minutes to drink it.

Victor: Yes, please be careful. I don't want you to burn yourself.

Cynthia: Me neither. I like the flavor, though. What kind of coffee is this?

Victor: It's from Guatemala. It's good, right?

Cynthia: Yes, it's very good. Okay, the coffee has cooled down. I can drink it now.

Victor: Good! So, your total will be $4.05.

Cynthia: Here is five dollars.

Victor: Thanks. Your change is $.95. Enjoy your hot coffee and have a good day!

Cynthia: Thanks! And thank you for making me a new coffee.

Victor: No problem.

34

MGA PLANO PARA SA GABI NG BAGONG TAON - NEW YEAR'S EVE PLANS (A2)

Rob: Uy, Hallie! Anong plano mo para sa gabi ng Bagong Taon?

Hallie: Hi Rob! Hindi ko pa alam. Ikaw?

Rob: Pupunta ako sa bahay ng kaibigan ko para sa isang salu-salo. Gusto mo bang sumama?

Hallie: Oo naman! Sinong kaibigan? At saan ang bahay niya?

Rob: Si Ryan, katrabaho ko. Malapit ang bahay niya sa dagat.

Hallie: Oh, ayos, ah! Mga ilang tao ang pupunta doon?

Rob: Mga dalawampu o tatlumpu.

Hallie: Wow, ang dami.

Rob: Oo, maraming kaibigan si Ryan. Haha!

Hallie: Mukha nga. May kailangan ba kong dalhin?

Rob: Kung gusto mo, puwede kang magdala ng inumin o meryenda para sa mga tao.

Hallie: Okay, sige. Anong klase ng inumin ang dadalhin ko?

Rob: Beer o kaya wine?

Hallie: Okay! Hay, buti na lang nagkita tayo! Nalulungkot nga ako na wala akong plano para sa gabi ng Bagong Taon!

Rob: Ahh, oo nga! Masaya rin ako! Sa totoo lang, noong nakaraang taaon wala rin akong ginawa, kaya masaya ako na ngayong taon ay may pupuntahan na ako.

Hallie: Talaga? Bakit naman?

Rob: May sakit kasi ako!

Hallie: Hala, ang lungkot naman.

Rob: Okay lang, at least nakatipid ako.

Hallie: Haha! Oo nga! Sige, kita na lang tayo sa party.

Rob: Okay, sige!

NEW YEAR'S EVE PLANS

Rob: Hey, Hallie! What will you do for New Year's Eve?

Hallie: Hi, Rob! I don't know yet. What will you do?

Rob: I will go to my friend's house for a party. Do you want to come with me?

Hallie: Sure! Who is your friend? Where is the house?

Rob: It's my friend Ryan. I work with him. His house is near the beach.

Hallie: Oh, cool! How many people will be there?

Rob: I think twenty or thirty.

Hallie: Wow, that's a lot.

Rob: Yeah, Ryan has a lot of friends! Ha ha.

Hallie: It sounds like it. Do I need to bring anything?

Rob: If you want, you can bring some drinks or snacks for people to share.

Hallie: I can do that. What kind of drinks should I bring?

Rob: Maybe some beer or wine?

Hallie: Okay! Wow, I'm glad I saw you! I didn't have any plans for New Year's Eve and I was sad!

Rob: Aww, I'm glad too! Actually, last year I didn't do anything for New Year's, so I'm happy I can do something this year.

Hallie: Really? Why didn't you do anything?

Rob: I was really sick!

Hallie: Oh no! That's terrible.

Rob: Yeah. It's okay. At least I saved money.

Hallie: Ha ha. True! Well, I'll see you at the party!

Rob: Yep, see you there!

35

ANG PANAGINIP KO KAGABI - MY DREAM LAST NIGHT (A2)

Abdullah: Sobrang kakaiba ng panaginip ko kagabi!

Francesca: Talaga? Tungkol saan?

Abdullah: Nasa farm daw ako at madaming kakaibang mga hayop. May mga normal na hayop naman tulad ng kambing, baboy, at baka, pero meron ding zebra, kangaroo, pati nga tigre!

Francesca: Wow, ang galing naman ng farm na 'yun.

Abdullah: Oo. Tapos 'yung mga zebra iba-ba ang kulay ng stripes. Merong mga asul, merong lila. Meron pa ngang kulay-bahaghari!

Francesca: Haha, talaga?

Abdullah: Tapos kinausap ako ng tigre. Kaso Espanyol!

Francesca: Espanyol? Anong sabi?

Abdullah: Hindi ko alam! Hindi ako marunong mag-Espanyol!

Francesca: Ah, oo nga. Kung ganon paano mo nalaman na Espanyol ang salita niya?

Abdullah: Siyempre, alam ko naman ang tunog ng Espanyol.

Francesca: Oh. Tapos ano pang nangyari?

Abdullah: Wala na akong maalala.

Francesca: Lagi ka bang nananaginip ng kakaiba?

Abdullah: Oo, pero hindi ganito kalala.

Francesca: Sa tingin mo, may ibig sabihin ang mga ganyang panaginip?

Abdullah: Minsan. Ikaw?

Francesca: Ako, oo. Baka ang ibig sabihin ng panaginip mo ay gusto mo pa ng mas maraming kaibigan.

Abdullah: Marami na akong kaibigan!

Francesca: Baka hindi sila masaya kasama at gusto mo ng mas may buhay na kaibigan. Parang 'yung bahaghari na kulay ng zebra.

Abdullah: Haha, baka nga!

MY DREAM LAST NIGHT

Abdullah: I had a very weird dream last night!

Francesca: Really? What was it about?

Abdullah: I was on a farm and there were a lot of strange animals. There were normal animals like goats, pigs, and cows, but then there were also zebras, kangaroos, and even a tiger.

Francesca: Wow, that's an interesting farm.

Abdullah: Yeah. And some of the zebras had different colored stripes. Some were blue, some were purple. And some were rainbow-striped!

Francesca: Ha ha, really?

Abdullah: And then the tiger talked to me. But it spoke in Spanish.

Francesca: Spanish?? What did it say?

Abdullah: I don't know! I don't speak Spanish!

Francesca: Oh, right. So how do you know it was speaking Spanish?

Abdullah: Well, I know what Spanish sounds like.

Francesca: Oh. Then what happened?

Abdullah: I don't remember.

Francesca: Do you always have weird dreams?

Abdullah: Yeah, but not *this* weird.

Francesca: Do you think dreams mean anything?

Abdullah: Sometimes. What about you?

Francesca: I think so. Maybe you want more friends in your life.

Abdullah: I have a lot of friends!

Francesca: Maybe your friends are boring and you want more interesting friends. Like rainbow-striped zebras.

Abdullah: Ha ha, maybe!

36

PAG-AAYOS PARA SA ESKWELA - GETTING READY FOR SCHOOL (A2)

Grace: Anak, gising na!

Christopher: Ugh. Limang minuto na lang po.

Grace: 'Yan din ang sinabi mo kanina. Sige na, bangon na, anak.

Christopher: Ugh, okay po.

Grace: Magsipilyo ka na at magbihis.

Christopher: Ayoko pong isuot ang t-shirt na napili n'yo.

Grace: Bakit naman?

Christopher: Hindi ko na po gusto ang damit na iyon.

Grace: Okay, pumili ka na lang ng gusto mo suotin.

Christopher: Hindi po ba puwedeng kayo ang pumili?

Grace: Hindi. Malaki ka na, 'di ba? Kaya mo nang mamimili ng sarili mong damit.

Christopher: Okay po. Ito na lang ang susuotin ko.

Grace: Okay. Kumain ka na ng agahan kapag tapos ka na.

Christopher: Okay po.

(Makalipas ang sampung minuto ...)

Grace: Kailangan mo nang bilisan kumain. Medyo huli na tayo.

Christopher: Sige na nga po. Pwede pong Chocolate O's na lang ang kainin ko?

Grace: Alam mong pang-Sabado't Linggo lang ang Chocolate O's.

Christopher: Pero ayoko po ng iba.

Grace: Bakit ang tigas ng ulo mo ngayon, Christopher?

Christopher: Hindi po.

Grace: Kumain ka ng granola cereal.

Christopher: Okay po.

Grace: Gusto mo ba ng ham o egg salad na tinapay ngayong araw?

Christopher: Uhm… ham.

Grace: Kumain ka rin ng mansanas, OKAY?

Christopher: Opo, mama.

Grace: Okay, halika na!

GETTING READY FOR SCHOOL

Grace: Honey, it's time to wake up!

Christopher: Ugh. Five more minutes.

Grace: That's what you said five minutes ago. It's time to get up, sweetie.

Christopher: Ugh, okay.

Grace: Go brush your teeth and get dressed.

Christopher: I don't want to wear the shirt you picked out for me.

Grace: Why not?

Christopher: I don't like it anymore.

Grace: Okay, then pick out a different shirt.

Christopher: Can you do it?

Grace: No, you're a big boy now. You can pick out your own shirts.

Christopher: All right. I'll wear this one.

Grace: Okay. Come eat breakfast when you're ready.

Christopher: All right.

(Ten minutes later...)

Grace: You need to eat quickly. We're a little late.

Christopher: Yeah, yeah. Can I have Chocolate O's?

Grace: You know you can only have Chocolate O's on the weekend.

Christopher: But I don't want anything else.

Grace: Why are you being so difficult today, Christopher?!

Christopher: I'm not being difficult.

Grace: Eat the granola cereal.

Christopher: Fine.

Grace: Would you like a ham or egg salad sandwich today?

Christopher: Umm... ham.

Grace: Make sure to eat the apple too, OKAY?

Christopher: Yes, Mom.

Grace: All right, time to go!

37

PAMIMILI NG KAMA - SHOPPING FOR A BED (A2)

Renata: Anong dapat nating bilhin – queen o king size na kutson?

Nima: Kailangan natin ng king size. Malikot ka matulog.

Renata: Oh, pasensiya na!

Nima: Okay lang. Pero dapat talaga kumuha tayo ng sukat na komportable tayong dalawa.

Renata: Tama ka.

Nima: Mas gusto mo ang malalambot na kutson, 'di ba?

Renata: Oo. Ikaw din 'no?

Nima: Oo. Buti na lang!

Renata: Itong mga kutson dito ay pasok sa pera natin.

Nima: Oo nga, tingnan natin.

Renata: Hmm...Parang masyadong matigas ito. Anong sa tingin mo?

Nima: Patingin nga. Oo... masyado ngang matigas.

Renata: Kung ito kayang isa?

Nima: Oh, maganda itong isang ito.

Renata: Oooh, tama ka. Gusto ko ito. Magkano?

Nima: Medyo may kamahalan, pero puwede naman nating bayaran buwan-buwan.

Renata: Oo, okay 'yan. Tapos, anong kahoy ng kama ang kukunin natin?

Nima: Kahit ano, sa totoo lang. Mahalaga lang sa akin 'yung kutson.

Renata: Okay! Ako na ang pipili ng kahoy ng kama. Gusto ko 'yung puti.

Nima: Sige, maganda nga 'yon.

Renata: At ayos din ang presyo.

Nima: Oo.

Renata: Aba, madali lang pala mamili!

Nima: Oo nga! Akala ko mahihirapan tayo mamili ng kama ngayong araw!

Renata: Woohoo! Maghapunan tayo sa labas para magdiwang!

Nima: Kakagastos lang natin. Sa bahay na lang tayo kumain.

Renata: Ah, tama ka. Sige, sa bahay na lang tayo maghapunan!

SHOPPING FOR A BED

Renata: Should we buy a queen- or king-size mattress?

Nima: We need to get a king-size mattress. You move around a lot when you sleep!

Renata: Oops, sorry!

Nima: It's okay. But I think we should get this size so both of us can be comfortable.

Renata: I agree.

Nima: You like softer mattresses, don't you?

Renata: Yeah. You do too, right?

Nima: Yes. Thank goodness!

Renata: These mattresses here are in our price range.

Nima: Yeah, let's try them out.

Renata: Hmm... I think this one is too hard. What do you think?

Nima: Let me see. Yeah... that's too hard.

Renata: What about this one?

Nima: Oh, this one is nice.

Renata: Ooh, you're right. I like this one. How much is it?

Nima: It's a little expensive, but we can make monthly payments on it.

Renata: That's good. All right, what kind of bed frame should we get?

Nima: I don't really care. The mattress is more important to me.

Renata: Okay! I'll pick out the bed frame. I like the white one.

Nima: Yeah, that one is nice.

Renata: And the price is good.

Nima: Yes.

Renata: Well, that was easy!

Nima: Yes, it was! I was expecting to be shopping for a bed all day!

Renata: Woohoo! Let's go to dinner to celebrate!

Nima: We just spent a lot of money. Maybe we should eat at home.

Renata: Yeah, you're right. Okay, dinner at home it is!

38

ISKEDYUL SA UMAGA - MORNING ROUTINE (A2)

Emilia: Anong oras ka madalas gumigising sa umaga?

Jack: Kapag weekdays, mga 6:15 ako nagigising. Kapag naman weekends, mga 7:30 o kaya 8 ako gumigising. Ikaw ba?

Emilia: 6:30 ako gumigising, Lunes hanggang Biyernes. Kapag naman Sabado't Linggo, mga 8 na ako bumabangon. Anong ginagawa mo pagkagising?

Jack: Naliligo agad ako, tapos nagsisipilyo at nag-aahit.

Emilia: Ah, talaga? Ako nagsisipilyo muna. Saka pa lang maliligo.

Jack: Anong ginagawa mo pagkatapos maligo?

Emilia: Nagpapatuyo ng buhok at saka naglalagay ng make up. Ikaw, anong kasunod ng pag-aahit?

Jack: Nagbibihis na ako tapos nag-aagahan.

Emilia: Anong sinusuot mo pagpasok sa trabaho?

Jack: Madalas pantalon lang at polo. Minsan nagsusuot din ako ng suit, mga isang beses sa isang buwan.

Emilia: Ang suwerte mo naman! Ako kailangan lagi naka-pormal kapag papasok sa trabaho.

Jack: Talaga? Ano bang trabaho mo?

Emilia: Abogado ako.

Jack: Ah, kaya pala. Matagal ka ba mag-ayos sa umaga?

Emilia: Mga isang oras at kalahati. Ayoko kasi ng nagmamadali kapag nag-aayos.

Jack: Araw-araw ka nag-aagahan?

Emilia: Sinusubukan ko! Kailangan ko ng lakas sa trabaho ko.

Jack: Oo, importante na kumain ng agahan! Minsan kapag hindi ako nakakapag-agahan, nanlalata ako.

Emilia: Oo. Pinaka-importanteng pagkain sa buong araw ang agahan!

Jack: Tama!

MORNING ROUTINE

Emilia: What time do you wake up every day?

Jack: On weekdays, I wake up around 6:15 a.m. On weekends, I wake up around 7:30 a.m. or 8 a.m. What about you?

Emilia: I wake up at 6:30 a.m. Monday through Friday. On weekends, I get up around 8 a.m. What do you do after you wake up?

Jack: I take a shower and then I brush my teeth and shave.

Emilia: Oh really? I brush my teeth first. And then I take a shower.

Jack: What do you do after you take a shower?

Emilia: I dry my hair and then I put on makeup. What do you do after you shave?

Jack: I get dressed and I eat breakfast.

Emilia: What do you wear to work?

Jack: Usually I wear trousers and a button-down shirt. I wear a suit about once a month.

Emilia: Oh, you're lucky. I have to dress up for work every day!

Jack: Really? What do you do?

Emilia: I'm a lawyer.

Jack: Oh, I see. Does it take you a long time to get ready every morning?

Emilia: It takes me around an hour and a half. I don't like to hurry too much when I'm getting ready.

Jack: Do you eat breakfast every day?

Emilia: I try to! I need energy for work!

Jack: Yeah, it's important to eat breakfast! Sometimes I don't and I don't have as much energy.

Emilia: Yep. Breakfast is the most important meal of the day!

Jack: Exactly!

39

REGALO SA KAARAWAN - BIRTHDAY GIFT (A2)

Gabby: Kailangan nating bumili ng regalo para kay Mike.

Sean: Oo nga, eh. Anong bibilhin natin?

Gabby: Hindi ko alam. Nasa kanya na ang lahat.

Sean: Hmm...

Gabby: Kung damit na lang kaya?

Sean: Anong klase ng damit?

Gabby: T-shirt?

Sean: 'Yun na 'yung regalo natin sa kaniya noong isang taon.

Gabby: Ah, oo nga. Kung salamin kaya? Mahilig siya sa shades 'di ba?

Sean: Medyo mahal ang salamin. At parang hindi rin babagay sa kanya.

Gabby: Okay.

Sean: Kung kupon na lang kaya sa isang tindahan?

Gabby: Parang hindi masyadong personal ang mga kupon.

Sean: Oo nga, pero gusto 'yon ng mga tao. Kasi nabibili nila anuman ang gusto nila.

Gabby: Kung tiket para sa soccer o kaya sa isang konsiyerto?

Sean: Mukhang maganda nga 'yon. Mahilig siya sa sports at saka sa musika.

Gabby: Tingnan mo ito! Tutugtog dito ang isa sa mga paborito niyang banda.

Sean: Talaga? Bili na tayo?

Gabby: Oo, tara!

Sean: Paano kung hindi siya puwedeng manood?

Gabby: Eh, di tayo ang pupunta!

BIRTHDAY GIFT

Gabby: We need to buy a gift for Mike.

Sean: I know. What should we get?

Gabby: I don't know. He has everything.

Sean: Hmm…

Gabby: Should we buy him clothes?

Sean: What kind of clothes?

Gabby: A shirt, maybe?

Sean: We got him a shirt last year.

Gabby: You're right. What about sunglasses? He loves sunglasses.

Sean: Sunglasses are kind of expensive. And maybe they won't look good on him.

Gabby: Okay.

Sean: What about a gift card to a store?

Gabby: Gift cards are so impersonal.

Sean: Yeah, but people like them. Because you can buy whatever you want.

Gabby: Maybe we buy him tickets for something? Like a soccer game or a concert?

Sean: Oh, that's good idea. He likes sports and music.

Gabby: Look at this! One of his favorite bands will be in town next month.

Sean: Really? Should we buy tickets?

Gabby: Yes, let's do it!

Sean: What if he can't go to the show?

Gabby: Then we will go!

40

NAKA-A AKO -
I GOT AN A (A2)

Irene: Brad, hulaan mo.

Brad: Ano?

Irene: Naka-A ako sa eksam ko!

Brad: Wow, ayos 'yan! Sa eksam mo sa kasaysayan?

Irene: Oo. Limang oras ako nag-aral para rito.

Brad: Wow. Ayos 'yan. Kinuha ko ang klase na 'yan noong nakaraang taon at sobrang nahirapan ako.

Irene: Kay Bb. Simmons?

Brad: Oo.

Irene: Strikta talaga siya.

Brad: Oo, totoo. Buong klase, takot sa kaniya! Pero marami kaming natutunan.

Irene: Oo. Madami rin akong natututunan. Sa totoo lang, ayoko talaga ng kasaysayan bago ko kinuha ang klase niya. Pero ngayon, interesado na ako.

Brad: Talaga?

Irene: Oo.

Brad: Paano ka nag-aral sa eksam? Binasa mo lang ulit ang mga sinulat mo sa klase?

Irene: Oo.

Brad: Ganyan din naman ako mag-aral noon, pero hindi ako naka-A sa kahit anong eksam!

Irene: Eh, kasi naman, ang tagal ko talagang pinag-aralan! At saka, nagustuhan ko ang parteng ito. Nakatulong din 'yung siguro.

Brad: Ah, oo nga. Matataas din ang grado ko sa mga klase na gusto ko.

Irene: Ako rin. Sana nga mataas din ang grado ko sa math, pero ayoko talaga ng math!

Brad: Ako naman gusto ko ng math! Baka puwede kitang tulungan sa math tapos turuan mo ako sa kasaysayan.

Irene: Sige ba!

I GOT AN A

Irene: Guess what, Brad?

Brad: What?

Irene: I got an A on my test!

Brad: Oh, that's great! On your history test?

Irene: Yeah. I studied for five hours.

Brad: Wow. Good for you. I took that class last year and it was so hard.

Irene: Did you have Ms. Simmons?

Brad: Yeah.

Irene: She's really strict.

Brad: Yes, she is. Everyone in the class was so scared of her! But we learned a lot.

Irene: Yeah, I'm learning so much. Actually, I didn't like history before I took her class, but now I'm really interested in it.

Brad: Really?

Irene: Mmm hmm.

Brad: So how did you study? Did you just read your notes again?

Irene: Yep.

Brad: That's how I studied for tests in her class too, but I never got As!

Irene: Well, I studied for a long time! But I also loved this chapter. So, I think that helped me get a good grade.

Brad: That makes sense. I always get better grades in the classes that I like.

Irene: Me too. I wish I got better grades in math, but I hate math.

Brad: And I love math! Maybe I can help you with math and you can help me with history.

Irene: Okay, deal!

41

MAGALING SIYANG DRAYBER - HE'S A GOOD DRIVER (A2)

John: Nag-aalala ako kay Jackson.

Ada: Bakit?

John: Malapit na siyang magka-lisensya sa pagmamaneho!

Ada: Oo nga, medyo nakakatakot nga. Pero mabuti para sa atin iyon. Hindi na natin siya kailangang ihatid kung saan-saan.

John: Oo nga. Pero maraming kaskaserong drayber dito.

Ada: Alam ko. Pero maayos naman na drayber si Jackson!

John: Oo, dahil ako ang nagturo sa kanya magmaneho.

Ada: Oo, isa 'yan sa mga rason. Pero responsable rin kasi siyang tao.

John: Oo, totoo nga. Masuwerte tayong mga magulang niya.

Ada: Tama. Kailan ang eksam niya sa pagmamaneho? Sa susunod na buwan na, 'di ba?

John: Sa katapusan na ang kanyang eksam na nakasulat, tapos sa a-kinse naman ang mismong eksam sa pagmamaneho.

Ada: Malapit na pala. Pero tingin ko handa naman na siya.

John: Konti na lang. Gusto ko pa siyang sanayin lalo na pagdating sa pagparada.

Ada: Dapat ako ang magturo sa kanya ng pagparada. Ako ang pinakamagaling pumarada sa pamilya natin.

John: Totoo naman. Walang makakatalo sa iyo.

Ada: Salamat! Kailan ang sunod mong pagtuturo kay Jackson sa pagmamaneho?

John: Sa Sabado ng hapon pagkatapos ng laro niya sa soccer.

Ada: Okay. Galingan n'yo!

HE'S A GOOD DRIVER

John: I'm worried about Jackson.

Ada: Why?

John: He's getting his driver's license soon!

Ada: Yeah, that's a little scary. But that's good for us! We won't have to drive him everywhere anymore.

John: True. But there are so many crazy drivers in this city.

Ada: I know. But he's a good driver!

John: Yes, because I taught him how to drive.

Ada: That's one reason why. But he's also a responsible young man.

John: Yeah, he is. We're lucky parents.

Ada: Yes, we are. When is his driving test? It's next month, right?

John: He has his written test at the end of this month and his behind-the-wheel test on the fifteenth.

Ada: That's really soon. But he's ready.

John: Almost. I still want to practice some more with him. He needs to get better at parking.

Ada: I should teach him how to park. I'm the best parker in this family.

John: That's true. Your skills are unmatched.

Ada: Thanks! So, when is your next driving lesson with Jackson?

John: Saturday afternoon after his soccer game.

Ada: Okay. I hope it goes well!

42

MULTO BA 'YON? -
IS THAT A GHOST? (A2)

Taylor: Ano 'yun?

Spencer: Alin ang ano?

Taylor: 'Yung nasa sulok?

Spencer: Ano? Wala naman akong nakikita.

Taylor: Mukhang... ano... imposible...

Spencer: Ano?! Tinatakot mo ako!

Taylor: Parang multo!

Spencer: Tumigil ka na! Hindi ako naniniwala sa multo.

Taylor: Ako rin naman. Pero mukha talagang multo 'yung nakita ko kanina.

Spencer: Ano ba ang itsura?

Taylor: Hugis-tao, pero tumatagos 'yung tingin ko sa kanya.

Spencer: Hindi ako naniniwala sa iyo. Niloloko mo lang yata ako, eh.

Taylor: Hindi ako nagbibiro! 'Yun talaga ang nakita ko!

Spencer: Imahinasyon mo lang siguro 'yun.

Taylor: Hindi 'no.

Spencer: ...

Taylor: Ano?

Spencer: ...Hala.

Taylor: Ano?!

Spencer: Nakikita mo ba 'yon?

Taylor: OO! 'Yan nga 'yung nakita ko kanina!

Spencer: Mukhang multo nga!

Taylor: Sabi ko sa 'yo, eh!

Spencer: Okay. Baka naniniwala na ako sa iyo ngayon.

Taylor: Salamat! Aalis na ako.

Spencer: Saan ka pupunta?

Taylor: May multo rito! Siyempre aalis na ako!

Spencer: Hindi mo ko puwedeng iwan dito kasama ang multo!

Taylor: Halika na kasi!

Spencer: Okay. Paalam, multo! Umalis ka na at huwag ka na ulit babalik!

IS THAT A GHOST?

Taylor: What is that?!

Spencer: What is *what*?

Taylor: That thing in the corner?

Spencer: What thing? I don't see anything.

Taylor: It looks like... no... that's not possible.

Spencer: What?! You're scaring me!

Taylor: It looked like a ghost!

Spencer: Oh, stop. I don't believe in ghosts.

Taylor: I don't either. But that looked like a ghost.

Spencer: What did it look like?

Taylor: It was in the shape of a person, and I could see through it.

Spencer: I don't believe you. I think you're playing a joke on me.

Taylor: I'm not joking! That's what I saw!

Spencer: You probably just imagined it.

Taylor: I don't think so.

Spencer: ...

Taylor: What?

Spencer: ...oh my gosh.

Taylor: What?!

Spencer: Do you see that?

Taylor: YES! That's what I saw before!

Spencer: That looks like a ghost!

Taylor: I told you!

Spencer: Okay. Maybe I believe you now.

Taylor: Thank you! Now I'm leaving.

Spencer: Where are you going?

Taylor: There is a ghost in here! I'm getting out of here!

Spencer: You can't leave me here alone with a ghost!

Taylor: So, come with me!

Spencer: Okay. Bye, ghost! Please leave and don't come back!

43

CUTE NA ASO -
CUTE DOG (A2)

Jenny: Hi! Puwede ko bang lapitan ang aso mo?

Julian: Oo naman! Magugustuhan niya 'yun.

Jenny: Ang cute! Anong klaseng aso siya?

Julian: Hindi ako sigurado, eh. Inampon lang kasi namin siya.

Jenny: Para siyang may halong chihuahua.

Julian: Tingin ko halong spaniel at Pomeranian.

Jenny: Ah, oo nga.

Julian: Pero mukha siyang maliit na golden retriever.

Jenny: Oo nga, eh! Tuta pa lang ba siya?

Julian: Hindi, anim na taon na siya.

Jenny: Wow! Mukha siyang tuta!

Julian: Oo nga. Tingin ko habambuhay siyang mukhang tuta.

Jenny: Sana nga. Ang lambot niya! Gusto ko ang malambot niyang balahibo.

Julian: Oo, malambot nga ang balahibo niya. Nakakatulong kasi na masustansya ang kinakain niyang pagkain kaya makintab ang balahibo niya.

Jenny: Ang galing mo naman. Anong pangalan niya?

Julian: Stanley.

Jenny: Kakaibang pangalan 'yun para sa aso, ah. Ang cute!

Julian: Salamat.

Jenny: Saan mo siya nakuha?

Julian: Sa shelter. Isang rescue na aso si Stanley.

Jenny: Ang galing! 'Yung aso ko rin. Maganda siya.

Julian: Ayos! Gaano katagal na sa iyo ang aso mo?

Jenny: Nakuha ko siya noong isang taon na siya. Ngayon apat na taon na siya. Kaya mga tatlong taon na.

Julian: Anong klaseng aso siya? Anong pangalan niya?

Jenny: Coco, halong poodle siya.

Julian: Ayos.

Jenny: Tingin mo magugustuhan ni Stanley si Coco?

Julian: Sana. Mag-iskedyul kaya tayo para makapaglaro sila?

Jenny: Sige! Gusto ko 'yan.

CUTE DOG

Jenny: Excuse me. May I say hello to your dog?

Julian: Sure! He would like that very much.

Jenny: He's so cute! What kind of dog is he?

Julian: I'm not sure. He is a rescue.

Jenny: He looks like a Chihuahua mix.

Julian: Actually, I think he's part spaniel and part Pomeranian.

Jenny: I see.

Julian: I think he actually looks like a very tiny golden retriever.

Jenny: I think so, too! Is he a puppy?

Julian: No, he is actually six years old.

Jenny: Wow! But he looks like a puppy!

Julian: Yeah, I think he will look like a puppy forever.

Jenny: I hope so. He is so soft! I love his soft fur.

Julian: He does have soft fur. He eats healthy dog food and it helps his fur stay silky.

Jenny: That's very nice of you. What's his name?

Julian: Stanley.

Jenny: That's a funny name for a dog. I think it's so cute!

Julian: Thank you.

Jenny: Where did you get him?

Julian: At the shelter. Stanley is a rescue dog.

Jenny: That's awesome! So is mine. She is lovely.

Julian: Cool! How long have you had your dog?

Jenny: I got her when she was one, and now she's four, so about three years.

Julian: What kind of dog is she? And what's her name?

Jenny: Her name is Coco and she's a poodle mix.

Julian: That's nice.

Jenny: Do you think Stanley would like Coco?

Julian: I hope so. Should we schedule a playtime for them?

Jenny: Sure! I would like that.

44

ISANG METEOR SHOWER - A METEOR SHOWER (A2)

Andrea: Michael, hulaan mo!

Michael: Ano?

Andrea: May meteor shower mamayang gabi! Nakita ko sa balita.

Michael: Ah, talaga? Anong oras daw?

Andrea: Magsisimula raw ang meteor shower bandang alas-nuwebe ng gabi, at matatapos sa hatinggabi.

Michael: Makikita kaya natin ang meteor shower mula sa bahay?

Andrea: Hindi. Masyadong maraming ilaw ang mga building at poste sa lugar natin. Kailangan nating pumunta sa madilim na lugar.

Michael: Puwede tayong pumunta sa Bundok Felix.

Andrea: Gaano kalayo?

Michael: Parang mga labing-anim na kilometro ang layo ng bundok mula sa atin.

Andrea: Sige pumunta tayo roon.

Michael: Nakakita ka na ba ng meteor shower dati?

Andrea: Hindi pa. Unang beses ko ito. Nasasabik na ako. Hindi pa ako nakakakita ng bulalakaw.

Michael: Nasasabik na rin ako para sa iyo!

Andrea: Nakakita ka na ba ng bulalakaw?

Michael: Oo.

Andrea: Kailan?

Michael: May meteor shower dati. Nagtatrabaho ako noon sa isang kampo sa Bundok Felix. Ang dami kong nakitang bulalakaw noong gabing iyon.

Andrea: Humiling ka ba?

Michael: Oo, humiling ako.

Andrea: Anong hiniling mo?

Michael: Hindi ko puwedeng sabihin! Kapag sinabi ko sa iyo, hindi magkakatotoo!

Andrea: Ah, hindi pa nangyayari?

Michael: Hindi pa…

Andrea: Hay, sana makahiling ulit tayo ngayong gabi!

Michael: Sana nga.

A METEOR SHOWER

Andrea: Michael, guess what!

Michael: What?

Andrea: There's going to be a meteor shower tonight! I saw it on the news.

Michael: Oh, really? What time will the meteor shower happen?

Andrea: The meteor shower will start at 9:00 p.m. and end around midnight.

Michael: Can we watch the meteor shower from home?

Andrea: No, there are too many city lights at home. We have to go somewhere very dark.

Michael: We can drive to the top of Mt. Felix.

Andrea: How far is it?

Michael: I think the mountain is ten miles from here.

Andrea: Let's do that.

Michael: Have you ever seen a meteor shower?

Andrea: I haven't. This will be my first time. I'm very excited. I have never seen a shooting star before.

Michael: I'm very excited for you!

Andrea: Have you seen a shooting star before?

Michael: Yes.

Andrea: When?

Michael: There was a meteor shower a few years ago. I was working at a camp on Mt. Felix. I saw many shooting stars that night.

Andrea: Did you make a wish?

Michael: Yes, I did.

Andrea: What did you wish for?

Michael: I can't tell you! If I tell you, my wish won't come true.

Andrea: You mean it still hasn't come true?

Michael: No...

Andrea: Well, hopefully we can make some new wishes tonight.

Michael: I hope so.

45

PAANO KUMUHA NG MAGANDANG LITRATO - HOW TO TAKE A GOOD PICTURE (A2)

Maia: Hi, Damien!

Damien: Hi, Maia! Ang tagal na nating 'di nagkita.

Maia: Oo nga! Kumusta ka na?

Damien: Mabuti naman. Ikaw?

Maia: Mabuti rin. May tanong ako sa iyo. Potograper ka, 'di ba?

Damien: Oo, hilig ko lang kumuha ng litrato. Pero hindi ako propesyonal na tagakuha ng litrato.

Maia: Pero mukhang propesyonal ang mga kuha mo!

Damien: Oh, salamat! Hilig ko lang talaga, at matagal ko na ring ginagawa.

Maia: May mga maipapayo ka ba kung paano kumuha ng magagandang litrato?

Damien: Uhm... sige ba. Ano ba ang mga gusto mong kuhanan ng litrato?

Maia: Mga tanawin at arkitektura.

Damien: Ah, okay. Narinig mo na ba ang "Rule of Thirds"?

Maia: Hindi, ano 'yun?

Damien: Isipin mo ang parihaba. Tapos, hatiin mo siya sa siyam na pantay-pantay na parisukat. 'Yung mga pinaka-importanteng parte ng litrato ay dapat tumatama kung saan nagtatagpo ang mga linya. Makakatulong ito sa litrato mo.

Maia: Ah, talaga? Ang galing! Susubukan ko 'yan.

Damien: Oo, subukan mo. Paano, kailangan ko nang umalis. Kung kailangan mo pa ng mga payo sa susunod, sabihin mo lang ako!

Maia: Sige. Salamat, Damien!

Damien: Walang anuman. Sa susunod na lang!

Maia: Sige!

HOW TO TAKE A GOOD PICTURE

Maia: Hey, Damien!

Damien: Hi, Maia! Long time no see.

Maia: I know! How have you been?

Damien: Pretty good. How about you?

Maia: I'm good. Oh, I have a question for you. You're a photographer, right?

Damien: Yeah. Well, I take pictures just for fun. I'm not a professional photographer.

Maia: But your pictures look professional!

Damien: Oh, thanks! It's my hobby, and I have been doing it for a long time.

Maia: Do you have any tips on how to take good pictures?

Damien: Umm... sure. What do you like to take pictures of?

Maia: Mostly landscapes and architecture.

Damien: Ah, okay. Have you heard of the "Rule of Thirds"?

Maia: No. What's that?

Damien: So, imagine a rectangle. And then divide the rectangle into nine equal squares. The most important parts of the photo should be at the places where the vertical and horizontal lines meet. This will help the composition of your photo.

Maia: Oh, really? That's so cool! I'll try that.

Damien: Yeah, you should. Well, I have to go. If you need any more tips in the future, let me know!

Maia: I will. Thanks, Damien!

Damien: No problem. See you later.

Maia: See you!

46

ISANG SORPRESANG HANDA - A SURPRISE PARTY (A2)

Ingrid: Uy, pupunta ka ba sa sorpresang handa para kay Emma?

Erik: Shh! Huwag kang maingay. Baka marinig ka niya.

Ingrid: Nasa kabilang kwarto siya kausap si Dan. Hindi niya ako maririnig.

Erik: Lahat kaya ng tao naririnig ka kapag nagsasalita.

Ingrid: Hindi *lahat*. 'Yung mga nasa ibang syudad hindi ako naririnig.

Erik: Sigurado ka?

Ingrid: Okay, sige na, maingay na ako. Ano, pupunta ka nga?

Erik: Oo. Ikaw?

Ingrid: Siyempre. Kasama ako sa mga nagpaplano.

Erik: Ano nga bang plano?

Ingrid: Kakain sila sa labas ng nobyo niyang si Aaron. Tapos kailangan makarating na tayong lahat sa bahay nila ng alas-sais hanggang alas-sais i-medya ng gabi. Mga alas-otso babalik sina Emma at Aaron sa bahay. Babalitaan na lang tayo ni Aaron sa text. Magtatago tayo, tapos pag-uwi nila, sabay-sabay tayong lalabas at sisigaw ng "Surprise!".

Erik: Ayos. Hindi naman ba siya nakakahalata? Hindi ba siya nagtataka kung bakit walang puwede sa kaarawan niya?

Ingrid: Meron na kasi silang lakad sa Sabado't Linggo ng mga kaibigan niya. Akala niya, 'yun lang 'yung handa para sa kanya.

Erik: Wala talaga siyang ideya tungkol sa sorpresa na ito?

Ingrid: Wala! Hindi talaga siya nakakahalata.

Erik: Ayos! Gusto ko nang makita ang reaksyon niya.

Ingrid: Ako rin!

A SURPRISE PARTY

Ingrid: Hey, are you coming to Emma's surprise party?

Erik: Shh! Don't say that so loud. She might hear you.

Ingrid: She's in the next room talking to Dan. She can't hear me.

Erik: Everyone can hear you when you talk.

Ingrid: Not *everyone*. People in other cities can't hear me.

Erik: Are you sure?

Ingrid: Okay, okay, I'm loud. I get it. Anyway, are you coming?

Erik: Yeah. Are you?

Ingrid: Of course; I'm helping plan it.

Erik: So, what's the plan?

Ingrid: Her boyfriend Aaron is taking her out to dinner. Everyone is arriving at the house between six and six thirty. Emma and Aaron should get back to the house by eight. Aaron is going to keep us updated via text. We're all going to hide, and then when they come home, we'll jump out and say "Surprise!"

Erik: Cool. Is she suspicious at all? Isn't she surprised that none of her friends want to hang out for her birthday?

Ingrid: She's hanging out with her friends this weekend, after her birthday. So, she thinks that's the only party.

Erik: And she has no idea about the surprise party?

Ingrid: Nope! She's totally clueless.

Erik: Awesome. I can't wait to see her reaction.

Ingrid: Me too!

47

ANG PABORITO KONG AGAHAN - MY FAVORITE BREAKFAST (A2)

Keito: Anong gusto mong agahan ngayon?

Hannah: Hmm... prutas at yogurt o kaya cereal. Mahilig ako sa cereal pero alam kong hindi siya gano'n kaganda para sa akin. Kaya sinusubukan kong kumain ng prutas, yogurt at saka granola.

Keito: Ah, gano'n ba? Nasubukan mo na ba ang oatmeal? Masustansya ang oatmeal, 'di ba?

Hannah: Oo, pero hindi masaya kainin! Ikaw, anong kakainin mo ngayong agahan?

Keito: Baka sabaw lang ng miso at kanin.

Hannah: Oh, wow! Dito sa Amerika, kinakain lang namin 'yan sa tanghalian o kaya hapunan.

Keito: Oo, kami rin tuwing tanghalian o hapunan namin kinakain ang sabaw ng miso at kanin. Mahilig akong kumain nito sa agahan. Minsan inihaw na isda, sabaw ng miso, at kanin ang kinakain ko kapag gutom na gutom ako at kung may oras ako magluto.

Hannah: Wow! Hindi ko pa nasubukan mag-agahan ng isda.

Keito: Subukan mo! Masustansya rin 'yun.

Hannah: Oo nga. Mukha ngang masustansya 'yun. Sa susunod!

Keito: Minsan kumakain din naman ako ng cereal sa agahan. Pero paborito ko siyang kainin sa hatinggabi!

Hannah: Ako rin! Kahit anong oras, masarap ang cereal.

Keito: Haha! Okay, kung mag-sabaw na miso at kanin tayo ngayong agahan, tapos bukas naman, cereal?

Hannah: Ayos sa 'kin 'yan!

MY FAVORITE BREAKFAST

Keito: What do you want for breakfast today?

Hannah: Hmm... fruit and yogurt or cereal. I love cereal but I know it's not super healthy for me. So, I'm trying to eat fruit and yogurt and granola.

Keito: Oh, I see. Have you tried oatmeal? Oatmeal is really healthy, right?

Hannah: Yes, it is, but it's so boring! What are you going to eat for breakfast?

Keito: Probably some miso soup and steamed rice.

Hannah: Oh, wow! Here in the U.S. we only eat that kind of thing for lunch or dinner.

Keito: Yeah, we also eat miso soup and rice for lunch and/or dinner. I like to eat it for breakfast. Sometimes I eat grilled fish with my miso soup and rice if I'm really hungry and I have time to make it.

Hannah: Interesting! I've never had fish for breakfast.

Keito: You should try it sometime! It's healthy.

Hannah: That does sound healthy. Maybe I will!

Keito: I eat cereal for breakfast sometimes too. But my favorite time to eat cereal is as a late-night snack.

Hannah: Me too! Any time of day is good for cereal.

Keito: Ha ha. Okay, how about we have some miso soup and rice today, and tomorrow we can have cereal?

Hannah: Sounds good!

48

MGA NAKAKAINIS NA KAPITBAHAY - ANNOYING NEIGHBORS (A2)

Nadia: Nagpapatugtog na naman ng malakas ang kapitbahay natin!

Kadek: Ugh. Akala ko ba sabi niya hihinaan na niya ang mga kanta niya!

Nadia: Siguro nagbago ang isip niya. Mga tatlong beses na natin siyang kinausap. Ang bastos!

Kadek: Anong gagawin natin?

Nadia: Kausapin na ba natin ang may-ari?

Kadek: Hmm... kausapin muna natin siya ulit, tapos saka na lang natin kausapin ang may-ari?

Nadia: Ano? Hindi kita marinig sa lakas ng tugtog!

Kadek: ANG SABI KO, KAUSAPIN MUNA NATIN SIYA ULIT TAPOS SAKA NA LANG NATIN KAUSAPIN ANG MAY-ARI. ANO SA TINGIN MO?

Nadia: OO MAGANDANG IDEYA 'YAN. Oh, hininaan na niya.

Kadek: Baka narinig niyang nagsisigawan tayo.

Nadia: Baka nga.

Kadek: Kaya gusto ko lumipat sa mas tahimik na lugar, eh.

Nadia: Oo. Pero lahat ng mga tahimik na lugar dito ay mahal.

Kadek: Hindi lahat. Nakatira sina Dan at Cindy sa Crestview, tahimik at medyo mura pa rin doon.

Nadia: Ayos 'yun. Baka dapat maghanap na tayo sa internet ng mga apartment doon.

Kadek: Ano? Hindi kita marinig.

Nadia: BAKA DAPAT MAGHANAP NA TAYO SA INTERNET NG MARERENTAHANG APARTMENT DOON.

Kadek: Okay. Gawin na natin ngayon. Mapapaos tayo kapag nagtagal pa tayo rito!

ANNOYING NEIGHBORS

Nadia: Our neighbor is playing loud music again!

Kadek: Ugh. I thought he said he would keep the music down!

Nadia: I guess he changed his mind. We've talked to him about it three times. It's so rude!

Kadek: What can we do?

Nadia: Should we talk to our landlord?

Kadek: Hmm... maybe we should talk to him one more time and then talk to the landlord?

Nadia: What? I can't hear you over the music!

Kadek: I SAID WE SHOULD TALK TO HIM ONE MORE TIME AND THEN TALK TO THE LANDLORD. WHAT DO YOU THINK?

Nadia: I THINK THAT'S A GOOD IDEA. Oh, he turned it down.

Kadek: Maybe he heard us shouting.

Nadia: Possibly.

Kadek: This is why I want to move to a quieter neighborhood.

Nadia: Yeah. But all the quieter neighborhoods in this city are more expensive.

Kadek: Not all of them. Dan and Cindy live in Crestview, which is pretty quiet and affordable.

Nadia: That's true. Maybe we should look online and see if there are any available apartments.

Kadek: What? I can't hear you.

Nadia: MAYBE WE SHOULD LOOK ONLINE AND SEE IF THERE ARE ANY APARTMENTS FOR RENT.

Kadek: Okay. Let's do it now. We're going to lose our voices if we stay here much longer!

49

HINDI PAGKAKAINTINDIHAN SA PAGUPITAN - MISCOMMUNICATION AT THE SALON (A2)

Briana: Hi, Dominic! Masaya akong makita ka. Pasok, upo ka.

Dominic: Salamat, Briana.

Briana: Wow, ang haba na ng buhok mo! Handa ka na bang magpagupit?

Dominic: Oo! Kailangan maayos ang itsura ko para sa interbyu ko bukas.

Briana: Matutulungan kita d'yan. Anong gusto mong gawin ko sa buhok mo?

Dominic: Gusto ko iwanang mahaba ang bandang taas, tapos maiksi ang dalawang gilid.

Briana: Gusto mo bang gupitan ko pa itong taas?

Dominic: Oo, mga isang pulgada lang.

Briana: Sige. Kumusta ka naman?

Dominic: Mabuti naman ako. Kailangan ko lang siguraduhin na magiging maayos ang interbyu ko bukas.

Briana: Sigurado naman akong magiging magaling ka sa interbyu.

Dominic: Sana nga.

Briana: Kumusta ang nobya mo?

Dominic: Mabuti naman siya. Magbabakasyon kami sa susunod na linggo.

Briana: Saan kayo pupunta?

Dominic: Pupunta kami sa Bali.

Briana: Mukhang masaya! Balita ko maganda raw sa Bali.

Dominic: Oo, nasasabik na nga ako!

Briana: Gaano katagal ang bakasyon n'yo?

Dominic: Mga dalawang linggo.

Briana: Masaya ako para sa iyo!

Dominic: Salamat! Sa totoo lang–uy! Anong ginagawa mo?

Briana: Ha? May nagawa ba akong mali?

Dominic: Masyadong mahaba ang ginupit mo!

Briana: Bakit? Hindi ba ang sabi mo ay gupitin hanggang isang pulgada na lang?

Dominic: Hindi, ang sabi ko, isang pulgada lang ang gupitin!

Briana: Naku... pasensiya ka na. Hindi na kita sisingilin sa gupit na ito. Aayusin ko ito!

MISCOMMUNICATION AT THE SALON

Briana: Hi, Dominic! Good to see you! Come in and have a seat.

Dominic: Thanks, Briana.

Briana: Wow, your hair is getting long! Are you ready for your haircut?

Dominic: I sure am! I need to look good for my interview tomorrow.

Briana: I can help with that. What would you like me to do today?

Dominic: I want to keep the top long and the sides very short.

Briana: Do you want me to cut the top?

Dominic: Yes, let's cut an inch off the top.

Briana: Gotcha. How is everything else going?

Dominic: Everything else is going okay. I just need to make sure my interview goes well tomorrow.

Briana: I'm sure you will do well on your interview.

Dominic: I hope so.

Briana: How is your girlfriend doing?

Dominic: She is good. We're going on a trip together next week.

Briana: Where are you going?

Dominic: We're going to Bali together.

Briana: That sounds exciting! I heard Bali is beautiful.

Dominic: Yes, I am very excited!

Briana: How long is your trip?

Dominic: We are going for about two weeks.

Briana: I'm happy for you!

Dominic: Thanks! I actually—hey! What are you doing?

Briana: Huh? Did I do something wrong?

Dominic: You cut off so much hair!

Briana: What do you mean? You said leave an inch of hair, right?

Dominic: No, I said cut off an inch!

Briana: Oh... I'm so sorry. I won't charge you for this cut. We can fix this!

50

NAIWAN KO ANG SUSI SA LOOB NG SASAKYAN - I LOCKED MY KEYS IN THE CAR (A2)

Azad: Patay!

Brenna: Bakit?

Azad: May katangahan akong nagawa.

Brenna: Ano 'yun?

Azad: Naiwan ko ang susi sa loob ng kotse ko.

Brenna: Naku! Paano naman nangyari 'yun?

Azad: Binababa ko kasi itong mga gamit sa sasakyan. Hindi ko namalayan naiwan ko pala ang susi sa upuan!

Brenna: Anong gagawin natin?

Azad: Kailangan nating tumawag ng gagawa niyan.

Brenna: Mahal ang bayad sa kanila! Noong huling beses na naiwan ko rin ang susi ko sa sasakyan halos limang libong piso ang binayad ko. At limang minuto lang niya binuksan ang sasakyan ko!

Azad: Alam ko. Mahal talaga. Pero wala nang ibang paraan para mailabas ang susi mo.

Brenna: Puwede mo bang buksan ang bintana nang konti?

Azad: Susubukan ko.

(Makalipas ang limang minuto …)

Azad: Hindi ko na kaya! Tatawag na talaga ako ng gagawa nito.

Brenna: Okay. Naghanap ako sa internet at may nakita akong mas mura. Tatlong libong piso lang ang singil niya.

Azad: Mura ba 'yun?

Brenna: Sa totoo lang, hindi. Pero 'di hamak na mas mura kaysa sa limang libo!

Azad: Oo nga, tama ka.

Brenna: Sabi niya mga apatnapu't limang minuto pa raw bago siya makarating.

Azad: Apatnapu't limang minuto?!

Brenna: 'Yun na ang pinakamabilis. Kasalanan mo naman na naiwan mo ang susi mo sa loob ng sasakyan.

Azad: Oo, tama ka. Simula ngayon iingatan ko na talaga ang susi ko!

I LOCKED MY KEYS IN THE CAR

Azad: Oh, no.

Brenna: What?

Azad: I just did something stupid.

Brenna: What did you do?

Azad: I locked my keys in the car.

Brenna: Oh, dear. How did that happen?

Azad: I was trying to take all of these bags out of the car. Then I got distracted and left my keys on the seat.

Brenna: What should we do?

Azad: I think we need to call a locksmith.

Brenna: Locksmiths are so expensive! The last time I locked my keys in the car I had to pay one hundred dollars. And it only took him five minutes to open the car!

Azad: I know. It's a rip-off. But I don't know how to get the keys out.

Brenna: Can you try to open the window a little?

Azad: I'll try.

(Five minutes later...)

Azad: I can't do it! I have to call the locksmith.

Brenna: Okay. I looked online and found a cheap one. He only charges seventy-five dollars.

Azad: That's cheap?

Brenna: Well, no. But it's better than one hundred dollars!

Azad: Yeah, I guess.

Brenna: He said he'll be here in forty-five minutes.

Azad: Forty-five minutes?!

Brenna: That's the fastest he can get here! It's your fault for locking the keys in the car.

Azad: You're right. From now on I'm going to be so careful with my keys!

51

PAGBIBILANG NG TUPA - COUNTING SHEEP (A2)

Ulrich: Hi, Eliza.

Eliza: Hi, Ulrich. Kumusta ka?

Ulrich: Ayos naman ako.

Eliza: Sigurado ka? Mukhang hindi maganda ang pakiramdam mo.

Ulrich: Dalawang oras lang kasi ang tulog ko kagabi.

Eliza: Naku!

Ulrich: Sobrang pagod ng pakiramdam ko.

Eliza: Ano bang nangyari kagabi?

Ulrich: Hindi ko rin alam. Basta hindi lang ako makatulog.

Eliza: Kakaiba.

Ulrich: 'Di ba? Hindi ko nga alam ang gagawin ko, eh.

Eliza: Nasubukan mo na bang uminom ng gatas bago matulog?

Ulrich: Hindi pa, ayoko kasi ng gatas.

Eliza: Ah, gano'n ba?

Ulrich: Simula nang tumuntong ako sa sampung taong gulang, hindi na ako uminom ng gatas.

Eliza: Ang tagal na pala.

Ulrich: Oo nga. Meron ka pa bang ibang ideya?

Eliza: Eh, kung magbilang ka kaya ng tupa?

Ulrich: Wala naman akong tupa.

Eliza: Hindi, ang ibig kong sabihin ay magbilang ka ng tupa sa utak mo.

Ulrich: Gumagana ba 'yun?

Eliza: Ang alam ko gumagana naman para sa ibang tao.

Ulrich: Sige, ano ang gagawin ko?

Eliza: Una, isipin mo ang isang tupa na tumatalon sa bakod. Siya ang unang tupa mo.

Ulrich: Tapos?

Eliza: Tapos mag-isip ka ng isa pang tupa na kasunod na tatalon sa bakod. Siya ang pangalawang tupa mo.

Ulrich: Sige.

Eliza: Magbilang ka lang nang magbilang hanggang sa makatulog ka!

Ulrich: Isa, dalawa, tatlo, apat... lima... ani...

Eliza: Uh... Ulrich?

Ulrich: Zzzzz.

Eliza: Aba nakatulog nga! Siguro nga sobrang pagod siya.

COUNTING SHEEP

Ulrich: Hi, Eliza.

Eliza: Hi, Ulrich. How are you?

Ulrich: I'm okay.

Eliza: Are you sure? You don't look well.

Ulrich: I only slept two hours last night.

Eliza: Oh, no!

Ulrich: I am so tired.

Eliza: What happened last night?

Ulrich: I'm not sure. I just couldn't fall asleep.

Eliza: That's strange.

Ulrich: I know. I don't know what to do.

Eliza: Have you tried drinking milk before you go to bed?

Ulrich: No, I don't like milk.

Eliza: I understand.

Ulrich: I stopped drinking milk when I was ten.

Eliza: That was a long time ago.

Ulrich: It was. Do you have another idea?

Eliza: Have you tried counting sheep?

Ulrich: I don't own any sheep.

Eliza: No, I mean counting imaginary sheep.

Ulrich: Does that work?

Eliza: I heard it works for many people.

Ulrich: Okay, so what do I do?

Eliza: First, imagine one sheep jumping over a fence. That will be your first sheep.

Ulrich: And then what?

Eliza: Second, imagine another sheep jumping over a fence. That will be your second sheep.

Ulrich: Okay.

Eliza: You count these sheep until you fall asleep. Try it!

Ulrich: One, two, three, four... five... si....

Eliza: Uh... Ulrich?

Ulrich: Zzzzz.

Eliza: He fell asleep. I guess he was very tired.

52

UNANG ARAW SA KOLEHIYO - FIRST DAY AT COLLEGE (A2)

Mama: Handa ka na ba para sa espesyal na araw na ito?

Trevor: Opo. Ayos lang po ba kayo ni Papa?

Mama: Sa tingin ko magiging maayos naman kami. Pero mami-miss ka namin.

Trevor: Ma, dalawang oras lang po ang layo ng eskwelahan ko rito.

Mama: Basta mami-miss ka pa rin namin.

Trevor: Okay.

Mama: Nasasabik ka na ba?

Trevor: Opo. At saka po kinakabahan.

Mama: Ayos lang 'yan! Siguradong magiging masaya ka.

Trevor: Sana nga po.

Mama: Anong oras ba dadating si John dito?

Trevor: Hindi ko po alam.

Mama: Mabuti naman at kasama mo si John sa eskwelahan mo.

Trevor: Kaya nga po, eh. Sigurado akong magiging maayos siyang kasama sa bahay.

Mama: Handa ka na ba para sa mga klase mo?

Trevor: Hindi pa po. Sa susunod na linggo pa po magsisimula ang klase. Madami pa po akong oras.

Mama: Kailangan mo ba ng tulong sa mga gamit mo?

Trevor: Hindi na po. Sa tingin ko naman po ay tutulungan ako ng ibang mga estudyante.

Mama: Sigurado ka?

Trevor: Opo, Ma. Puwede na po kayo umuwi. Ayos lang po ako.

Mama: Gusto mo bang mananghalian kasama ko?

Trevor: Hindi na po. Libre po ang tanghalian namin ngayon. Nandoon po lahat ng mga estudyante.

Mama: Okay…

Trevor: Ma, ayos lang po talaga ako.

Mama: Sige, sabi mo, eh.

Trevor: Mahal ko po kayo. Pakisabi po kay Papa ayos lang po ako.

Mama: Mahal din kita. Pakasaya ka!

FIRST DAY AT COLLEGE

Mom: Are you ready for your big day?

Trevor: Yep. Are you and Dad going to be okay?

Mom: I think we will be okay. We are going to miss you.

Trevor: Mom, school is only two hours away.

Mom: We will still miss you.

Trevor: All right.

Mom: Are you excited?

Trevor: Yeah. I'm also a little nervous.

Mom: That's okay! You will have lots of fun.

Trevor: I hope so.

Mom: When will John be here?

Trevor: I don't know.

Mom: I'm glad he is going to school with you.

Trevor: Me too. John is going to be a great roommate.

Mom: Are you ready for class?

Trevor: No, but classes start next week. I have lots of time.

Mom: Do you need help with your things?

Trevor: No, I think other students will help.

Mom: Are you sure?

Trevor: Yes, Mom. You can go home. I will be fine.

Mom: Do you want to get lunch together?

Trevor: No, lunch is free today. All of the other students will be there.

Mom: Okay...

Trevor: Mom, I will be fine.

Mom: If you say so.

Trevor: I love you. Tell Dad I will be fine.

Mom: I love you, too. Have a great time!

53

NAKAWALANG HAYOP SA ZOO - ESCAPED ANIMAL AT THE ZOO (A2)

Tina: Hi, Jeff! Kumusta ka ngayong araw?

Jeff: Mabuti naman. Teka, nakita mo ba si Tony?

Tina: Sino si Tony? Anong itsura niya?

Jeff: Nakatira si Tony dito. Kulay kahel siya na may puti at itim na mga guhit. At saka may bigat siyang higit dalawang daang kilo.

Tina: Ang bigat naman niya! Teka... kahel na may puti at itim na mga guhit?

Jeff: Oo.

Tina: Mabalahibo ba si Tony?

Jeff: Siguro.

Tina: Tigre ba si Tony? Nakawala ba ang tigre natin?

Jeff: Oo na! Pero hinaan mo lang ang boses mo! Ayokong mapahamak. Kailangan nating mahanap si Tony bago pa magbukas ang zoo.

Tina: Uhm, oo, kailangan talaga.

Jeff: Tutulungan mo ba ako?

Tina: Oo naman. Paano ba ito nangyari?

Jeff: Binuksan ko ang kulungan niya tapos dinamba niya ako sabay takbo palayo.

Tina: Naku! Nakita mo ba kung saan siya tumakbo?

Jeff: Parang sa gawi rito siya tumakbo, pero hindi ko na siya makita.

Tina: Nasaan na kaya siya?

Jeff: Hindi ko nga rin alam, eh. Busog naman 'yun mula sa agahan niya. Grabe, ang init ngayong araw!

Tina: Ayun!

Jeff: Ang alin?

Tina: Mainit ngayong araw at mahilig ang mga tigre sa tubig. Baka naman nasa tubigan lang siya!

Jeff: Ah, baka nga tama ka!

Tina: Ayun nga, nandoon siya! Dalian mo at hulihin mo na siya!

ESCAPED ANIMAL AT THE ZOO

Tina: Hey, Jeff! How are you today?

Jeff: I'm good. Actually, have you seen Tony?

Tina: Who is Tony? What does he look like?

Jeff: Tony lives here. He's orange and white with black stripes and he weighs about five hundred pounds.

Tina: He's pretty heavy! Wait… orange and white with black stripes?

Jeff: Yes.

Tina: Is Tony furry?

Jeff: Maybe.

Tina: Is Tony a tiger? Did our tiger escape?

Jeff: Yes! But keep it down! I don't want to get in trouble. We have to find Tony before the zoo opens.

Tina: Umm, yes, we do.

Jeff: Will you help me?

Tina: Sure. Can you tell me how this happened?

Jeff: Well, I opened the door to clean his enclosure but he knocked me over and ran away.

Tina: Oh, no! Did you see where he went?

Jeff: I think he went this way, but I don't see him anymore.

Tina: Where could he be?

Jeff: I'm not sure. He should be full from breakfast. Gosh, it's so hot today!

Tina: That's it!

Jeff: What's it?

Tina: It's so hot today and tigers like the water. I bet he's at the pond.

Jeff: You may be right!

Tina: Look, there he is! Hurry up and catch him!

54

CAMPING - CAMPING TRIP (A2)

Peter: Narinig mo 'yun?

Gwen: Hindi.

Peter: Parang may narinig ako sa banda roon.

Gwen: Saan?

Peter: Parang may tumunog doon sa may mga puno.

Gwen: Anong klaseng tunog ba?

Peter: Parang may sumabog.

Gwen: Sigurado ka ba na hindi 'yun sa siga? May naririnig din akong parang sumasabog na tunog sa siga.

Peter: Ah, baka nga tama ka.

Gwen: Huwag mo akong takutin nang gano'n.

Peter: Pasensiya na.

Gwen: Nagugutom na ako.

Peter: Mukhang luto na ang mga hotdog. Nadala mo ba ang mga tinapay?

Gwen: Oo, heto. Mukhang masarap itong mga hotdog!

Peter: Oo nga! Oh, heto ang sa'yo.

Gwen: Salamat. Gusto mo ba ng ketsup?

Peter: Hindi, mustard lang.

Gwen: Hindi ako nakapagdala ng mustard. Pasensiya na!

Peter: Ayos lang. May tubig ka ba diyan?

Gwen: Oo, heto, oh.

Peter: Ang ganda ng gubat na ito.

Gwen: Oo nga, eh. Ang saya talaga mag-camping sa gubat.

Peter: Gusto ko panoorin ang pagsikat ng araw sa umaga.

Gwen: Ako rin. Alas-sais ng umaga ang pagsikat ng araw, kaya kailangan natin gumising nang mas maaga.

Peter: Tama ka. Matulog na tayo.

Gwen: Sige, nadala mo ba ang tent?

Peter: Oo naman! Puwede mo ba akong tulungan itayo ito?

Gwen: Siyempre!

CAMPING TRIP

Peter: Did you hear that?

Gwen: No.

Peter: I think I heard something out there.

Gwen: Where?

Peter: I think the noise was coming from those trees.

Gwen: What did the noise sound like?

Peter: It sounded like something popped.

Gwen: Are you sure it wasn't the fire? I've been listening to the fire making popping noises.

Peter: You're probably right.

Gwen: Don't scare me like that.

Peter: I'm sorry.

Gwen: I'm getting hungry.

Peter: I think the hotdogs are ready. Did you bring the buns?

Gwen: Yeah, they're right here. Those hotdogs look really good!

Peter: Yeah! Here, this one is yours.

Gwen: Thank you. Do you want some ketchup?

Peter: No, just mustard, please.

Gwen: I didn't bring any mustard. Sorry!

Peter: That's okay. Do you have any water?

Gwen: Yes, here you go.

Peter: This is a lovely forest.

Gwen: I think so, too. I love camping in the forest.

Peter: I want to watch the sunrise in the morning.

Gwen: Me too. Sunrise is at 6 a.m., so we need to wake up very early.

Peter: You're right. Let's go to bed.

Gwen: Okay, did you bring the tent?

Peter: Of course! Can you help me with it?

Gwen: Sure!

55

ANG PAMILYA NG AKING MATALIK NA KAIBIGAN - MY BEST FRIEND'S FAMILY (A2)

Klaus: Anong gagawin mo ngayong Sabado't Linggo?

Viviana: Hindi ko pa alam. Ikaw ba?

Klaus: Sasama ako sa lakad ng pamilya nila Adam, kaibigan ko.

Viviana: Ah, talaga? Malapit ka ba sa pamilya niya?

Klaus: Oo, para ko na silang pangalawang pamilya.

Viviana: Ayos, ah. Anong gagawin n'yo?

Klaus: May bahay sila malapit sa may lawa. Doon kami pupunta.

Viviana: Wow! Ilang taon na kayong magkaibigan ni Adam?

Klaus: Mga labindalawang taon na. Nagkakilala kami noong elementarya.

Viviana: Aww. May mga kapatid ba si Adam?

Klaus: Oo, meron siyang nakababatang kapatid na babae.

Viviana: Ilang taon na siya?

Klaus: Labing-anim na taong gulang. Nasa high school pa siya.

Viviana: Ah, gano'n ba? Kasama ba siya sa lakad n'yo?

Klaus: Oo yata. Kaibigan din niya ang kapatid kong babae kaya para kaming isang malaking pamilya!

Viviana: Oh, wow! Ang galing naman.

Klaus: Oo nga.

Viviana: Kasama rin ba ang kapatid mong babae ngayong linggo?

Klaus: Hindi, kailangan niya kasing mag-aral para sa SAT.

Viviana: Ah, gano'n ba?

Klaus: Naiinggit nga siya kasi hindi siya makakasama.

Viviana: Sana makakuha siya ng mataas na grado para makapagdiwang ang parehong pamilya n'yo!

Klaus: Oo! Magandang ideya nga 'yan.

MY BEST FRIEND'S FAMILY

Klaus: What will you do this weekend?

Viviana: I don't know yet. What about you?

Klaus: I am going on a trip with my friend Adam's family.

Viviana: Oh, really? Are you close to his family?

Klaus: Yes, they're like my second family.

Viviana: That's so nice. What will you do?

Klaus: They have a house by the lake. So, we are going there.

Viviana: Cool! How many years have you been friends with Adam?

Klaus: About twelve years. We met in elementary school.

Viviana: Aww. Does Adam have siblings?

Klaus: Yes. He has a younger sister.

Viviana: How old is she?

Klaus: She's sixteen. She's still in high school.

Viviana: I see. Will she go to the lake, too?

Klaus: I think so. She's also friends with my sister. So, it's like we're one big family!

Viviana: Oh, wow! That's perfect.

Klaus: It is.

Viviana: Will your sister be there this weekend?

Klaus: No, she has to study for the SATs.

Viviana: Oh, I see.

Klaus: She's really jealous that we are going without her.

Viviana: Well, hopefully she gets a good score and then both of your families can celebrate together!

Klaus: Yes! That's a good idea.

56

PILAY MULA SA SOCCER -
A SOCCER INJURY (A2)

Logan: Tingin ko kailangan kong pumunta ng ospital.

Mia: Bakit?

Logan: Napilay yata ako habang naglalaro ng soccer.

Mia: Naku! Anong nangyari?

Logan: Nagdi-dribol ako ng bola nang may lalaki galing sa kalaban ang nakatapak sa paa ko. Hindi naman siya masakit noong una, pero pagkatapos ng ilang minuto naramdaman ko na ang sobrang sakit. Sinabi ko kay coach at inilabas niya ako sa laro. Hindi ko alam kung bali ang buto ko, pero basta masakit.

Mia: Nakakalakad ka pa ba?

Logan: Medyo, pero ayoko masyadong pwersahin ang paa ko.

Mia: Nilagyan mo na ba ng yelo?

Logan: Hindi pa.

Mia: Lagyan mo muna ng yelo. Tatawagan ko ang kaibigan kong si Katie. Nurse 'yun.

Logan: Sige, salamat.

(Makalipas ang limang minuto ...)

Mia: Sabi ni Katie, lagyan daw ng yelo ang paa at huwag mo munang itapak. Kailangan mo rin daw pumunta ng ospital o ng klinik.

Logan: Ugh, sige.

Mia: Pwede kitang ipagmaneho papunta roon mamayang alas-dos i-medya.

Logan: Salamat! Kahit ihatid mo na lang ako, huwag mo na akong hintayin.

Mia: Wala naman sakin na hintayin ka. Marami din akong dapat basahin para sa mga klase ko.

Logan: Sigurado ka?

Mia: Oo naman! Kita na lang tayo mamaya.

Logan: Sige, salamat talaga! Kita na lang tayo mamayang alas-dos i-medya.

A SOCCER INJURY

Logan: I think I should go to the hospital.

Mia: Why?

Logan: I hurt my foot playing soccer.

Mia: Oh, no! What happened?

Logan: I was dribbling the ball and a guy on the other team stepped on my foot. It didn't really hurt at first, but then a few minutes later I was in a lot of pain. So, I told my coach and he took me out of the game. I don't think it's broken, but something is wrong.

Mia: Can you walk on it?

Logan: A little, but I don't want to put too much weight on my foot.

Mia: Have you put ice on it?

Logan: No, not yet.

Mia: You should ice it. I'll call my friend Katie who's a nurse.

Logan: Okay, thanks.

(Five minutes later...)

Mia: Katie said to ice the foot and don't walk on it. She said you should try to go to urgent care today.

Logan: Ugh, all right.

Mia: I can drive you there at two thirty.

Logan: Thanks! You don't have to wait there with me. You can just drop me off.

Mia: I don't mind waiting. I have a lot of reading to do for school.

Logan: Are you sure?

Mia: Yeah, no worries! I'll see you soon.

Logan: Thanks so much! I'll see you at two thirty.

57

NAIPIT SA TRAPIKO - STUCK IN TRAFFIC (A2)

Ava: Bakit ang daming pulang ilaw sa harap?

Danny: Mukhang trapik.

Ava: Hay, ayoko talaga sa trapik! Ni hindi man lang rush hour.

Danny: Baka naman may aksidente.

Ava: Baka nga. Puwede mo bang tingnan sa telepono mo kung anong nangyari?

Danny: Sige. Ayon sa app, nasa labinlimang kilometro ang trapiko.

Ava: Labinlimang kilometro?! Ang tagal!

Danny: Oo, pero nasa walong kilometro lang ang sobrang bigat na trapiko. Pagkatapos noon ay medyo maluwag na. Meron nga yata talagang aksidente.

Ava: Hay, sana lahat sila ay ligtas.

Danny: Oo nga. Teka, parang merong shortcut!

Ava: Talaga?

Danny: Oo. Tinitingnan ko ang mapa sa app. Merong ruta na puwede nating sundan para hindi na tayo ma-trapik.

Ava: Ayos!

Danny: Pero limang kilometro muna ng trapiko ang kailangan nating tiisin bago makarating sa rutang iyon.

Ava: Ayos lang. Puwede na nating tiyagain iyon.

Danny: Oo. Dito ka na lalabas!

Ava: Okay. Tapos?

Danny: Diretso ka lang ng mga isa't kalahating kilometro, tapos kumanan ka sa may Headway Place. Pagkatapos noon ay dire-diretso lang ng dalawampung kilometro at makakarating na tayo sa pupuntahan natin!

Ava: At hindi pa tayo na-trapik!

Danny: Tama.

STUCK IN TRAFFIC

Ava: Why are there so many red lights up ahead?

Danny: It looks like a traffic jam.

Ava: Ugh, I hate traffic! It's not even rush hour.

Danny: Maybe there was an accident.

Ava: Maybe. Can you try to find information about the traffic on your phone?

Danny: Sure. According to the app, there will be traffic for another ten miles.

Ava: Ten miles?! That's a long time!

Danny: Yes, but the traffic is only heavy for about five miles. After that it gets a little better. I think there was an accident.

Ava: Well, I hope everyone is okay.

Danny: Me too. Actually, I think I found a shortcut.

Ava: Really?

Danny: Yeah. I'm looking at my maps app. There is a route we can take that will help us avoid the traffic.

Ava: Great!

Danny: But we will be stuck in traffic for another three miles before we can take the other route.

Ava: That's okay. I can deal with it.

Danny: All right, exit here!

Ava: Okay. Then what?

Danny: Go straight for one mile, then turn right on Headway Place. After that, we go straight for thirteen miles, and then we arrive!

Ava: And we skip the traffic!

Danny: Yep.

58

SINISISANTE NA KITA - YOU'RE FIRED (A2)

Alexis: Hi, David. Puwede ka bang pumunta sa opisina ko? Kailangan kitang makausap.

David: Opo, walang problema.

Alexis: Gusto kitang kausapin tungkol sa pagiging late mo lagi. May pito o walong beses ka nang late ng mahigit sampung minuto. Kinausap ka na namin tungkol dito at nangako kang aagahan mo na ang iyong pagpasok, pero late ka pa rin lagi. Kung magpapatuloy pa ito, mabuti pang sisantihin na lang kita.

David: Pasensiya na po talaga. Meron kasi akong tatlong kasama sa bahay na madalas mag-party. Hindi ako makatulog nang maayos dahil sobrang ingay nila. Minsan naman po nagpupunta rin ako sa ibang party dahil bago lang ako rito at gusto kong makipagkilala sa ibang mga tao.

Alexis: Naiintindihan ko na gusto mong magpakasaya at makakilala ng ibang tao, pero trabaho ang pinag-uusapan natin dito. Mahalaga na lagi kang nasa tamang oras.

David: Puwede kayang alas-otso i-medya na lang ako pumasok imbis na alas-otso ng umaga? Tapos hanggang alas-singko i-medya imbis na alas-singko?

Alexis: Hindi, David. Lahat ng empleyado ay dapat pumasok ng alas-otso ng umaga.

David: Tingin ko hindi naman makatuwiran iyon. Nagtatrabaho ako ng maayos at malaki na ang naitulong ko sa kumpanya.

Alexis: Oo. Pero kailangan mong respetuhin ang mga regulasyon ng kumpanya. Alam mo David... hindi maganda ang iyong naging asal. Kailangan namin ng mga empleyadong responsable at may respeto sa oras. Huling araw mo na sa Biyernes.

David: Ano?!

Alexis: Pasensiya na, David. Hindi ka na puwedeng magtrabaho pa rito.

YOU'RE FIRED

Alexis: Hi, David. Can I see you in my office? I want to talk to you about something.

David: Yeah, no problem.

Alexis: I want to talk to you about your tardiness. You have been more than ten minutes late seven or eight times recently. We talked to you about it and you promised to be punctual. But you are still coming to work late. If you continue to be late, we will have to terminate you.

David: I'm really sorry. I have three roommates and they always have parties. Sometimes I can't sleep because it's so loud. And sometimes I go to the parties because I just moved to this city and I want to meet people and have fun.

Alexis: I understand that you want to meet people and have fun, but this is your job. It's important that you are punctual.

David: Can I just arrive at work at eight thirty instead of eight o'clock? And then stay until five thirty instead of five o'clock?

Alexis: No, David. Our employees must arrive at eight o'clock.

David: I don't think that's fair. I work hard and I have helped the company a lot.

Alexis: Yes. But you have to respect the rules. You know, David... your attitude is not very good. We need employees that are punctual and responsible. This Friday will be your last day.

David: What?!

Alexis: I'm sorry, David. You can't work here anymore.

59

ANG AKING IKA-TATLUMPUNG KAARAWAN - MY THIRTIETH BIRTHDAY (A2)

Danielle: Hi, Nolan!

Nolan: Hi, Danielle!

Danielle: May gagawin ka ba sa Biyernes ng gabi?

Nolan: May trabaho ako hanggang alas-siyete ng gabi sa Biyernes. Bakit?

Danielle: Kaarawan ko kasi ngayong linggo at meron akong party ngayong Biyernes.

Nolan: Oh, ayos! Anong oras ang party mo?

Danielle: Mga alas-sais ng gabi. Pero kung mahuhuli ka, ayos lang! Kakain muna kami sa isang restawran bago pumunta sa isang bar. Sumunod ka na lang sa bar.

Nolan: Okay, pupunta ako. Ang tagal na nating hindi nakakalabas!

Danielle: Oo nga! Kumusta ka naman ba?

Nolan: Ayos naman. Abala lang sa trabaho.

Danielle: Kumusta si Ana?

Nolan: Mabuti naman siya. Masaya siya sa bago niyang trabaho.

Danielle: Mabuti naman.

Nolan: Nga pala, saang restawran kayo kakain?

Danielle: Sa Urban Pizzeria. Nakakain ka na ba roon?

Nolan: Hindi pa, pero 'yung kaibigan ko nakakain na roon. Masarap daw.

Danielle: Ayos.

Nolan: Tapos saang bar kayo pupunta?

Danielle: Hindi ko pa alam, pero babalitaan kita!

Nolan: Sige, sa Biyernes na lang! Oh, ilang taon ka na nga pala?

Danielle: Magtatatlumpung taon na ako. Ang tanda ko na!

Nolan: Hindi, ah! Mukha ka ngang bente anyos lang.

Danielle: Oh, wow! Salamat! Ililibre kita ng alak sa Biyernes.

Nolan: Haha, sige!

MY THIRTIETH BIRTHDAY

Daniela: Hi, Nolan!

Nolan: Hey, Daniela!

Daniela: Do you have plans on Friday night?

Nolan: I work until 7 p.m. on Friday. Why?

Daniela: It's my birthday this weekend and I'm having a party on Friday.

Nolan: Oh, cool! What time is the party?

Daniela: Around 6:00 p.m. But if you get there late, it's okay! We are going to a restaurant and then a bar after we finish dinner. You can meet us at the bar.

Nolan: Okay! I would love to go. I haven't seen you in a long time!

Daniela: I know! How is everything going?

Nolan: It's good. Just busy with work.

Daniela: How's Ana?

Nolan: She's great. She loves her new job.

Daniela: Awesome.

Nolan: So, which restaurant are you going to?

Daniela: Urban Pizzeria. Have you been there?

Nolan: No, but my friend went there and said it was really good.

Daniela: Yay.

Nolan: And which bar are you going to later?

Daniela: I'm not sure yet, but I will let you know!

Nolan: Sounds good. I'll see you this weekend! Oh, and which birthday is this?

Daniela: It's my thirtieth. I'm officially old!

Nolan: No you're not! And you still look like you're twenty-one.

Daniela: Oh, wow. Thank you! I'm buying you a drink on Friday.

Nolan: Ha ha, okay!

60

AKIN 'YAN -
THAT'S MINE (A2)

Mathias: Tingnan mo itong nakita ko! Ang paborito kong T-shirt! Nawala ko ito mga dalawang buwan na ang nakakalipas.

Jacklyn: T-shirt ko 'yan.

Mathias: Hindi, ah... akin ito!

Jacklyn: Binigay mo sa akin 'yang t-shirt na 'yan.

Mathias: Hindi, ipinahiram ko lang. Sabi mo kasi gusto mong isuot pagtulog dahil madudumi noon lahat ng pantulog mo. Tapos hindi ko na ito ulit nakita.

Jacklyn: Akala ko binibigay mo na talaga.

Mathias: Hindi! Paborito ko ito. Ipinahiram ko lang talaga sa iyo.

Jacklyn: Oh...

Mathias: Nahanap ko ito sa may likod ng sofa. Paano napunta ito roon?

Jacklyn: Hindi ko rin alam! Dapat mas dalasan pa natin ang paglilinis!

Mathias: Oo nga.

Jacklyn: So... akin na lang ang T-shirt mo?

Mathias: Hindi! Paborito ko nga ito.

Jacklyn: Hati na lang tayo?

Mathias: Puwede mong isuot paminsan-misan. Pero kailangan mo munang magpaalam.

Jacklyn: Haha, talaga?

Mathias: Siyempre! Isa kang magnanakaw ng T-shirt!

Jacklyn: Sige na nga.

THAT'S MINE

Mathias: Look what I found! My favorite T-shirt! I lost this two months ago.

Jacklyn: That's my T-shirt.

Mathias: No... it's mine.

Jacklyn: You gave that shirt to me.

Mathias: No, I didn't. I lent it to you because you wanted to wear it to bed when all your other pajamas were dirty. And then it disappeared.

Jacklyn: I thought you were giving it to me forever.

Mathias: No! I love this shirt. I was just letting you borrow it.

Jacklyn: Oh...

Mathias: I found it behind the sofa. How did it get back there?

Jacklyn: I don't know. I think we need to clean more often!

Mathias: Yeah.

Jacklyn: So... can I have the shirt?

Mathias: No! It's my favorite T-shirt.

Jacklyn: Can we share it?

Mathias: You can wear it once in a while. But you have to ask me first.

Jacklyn: Ha ha, really?

Mathias: Yes! You're a T-shirt thief.

Jacklyn: Okay, fine.

61

GREEN THUMB -
A GREEN THUMB (A2)

Rich: Hi, Maryann.

Maryann: Hi, Rich! Kumusta?

Rich: Mabuti naman. Ikaw?

Maryann: Mabuti rin naman. Heto, nagdidilig lang ng mga halaman.

Rich: Gusto nga pala kitang kausapin tungkol sa mga halaman.

Maryann: Talaga?

Rich: Oo. Aalis kasi kami ng pamilya ko, mga dalawang linggo. Gusto ko sanang itanong kung ayos lang ba na pakidiligan ang mga halaman namin habang wala kami?

Maryann: Oo naman! Masaya akong tulungan ang paborito kong kapitbahay.

Rich: Maraming salamat! Hindi ako magaling sa pag-aalaga ng halaman. Hindi ko matantiya kung gaano karaming tubig o liwanag ang dapat ibigay sa kanila. Lagi silang namamatay.

Maryann: Ay, hala! Puwede naman kitang turuan kahit papano pagdating sa mga halaman. Sabi nila meron daw akong green thumb.

Rich: Anong ibig mong sabihin? Hindi naman berde ang hinlalaki mo.

Maryann: Haha! Hindi, hindi ibig sabihin ay berde talaga ang daliri ko. Ang ibig sabihin ng green thumb ay magaling sa pag-aalaga ng halaman.

Rich: Oh! Ngayon ko lang narinig iyan.

Maryann: Talaga?!

Rich: Oo nga.

Maryann: Ngayon alam mo na ang kasabihan na 'yun! At saka pagkatapos kitang turuan sa halaman, malay mo maging berde na rin ang hinlalaki mo!

Rich: Sana nga! Sabi ng asawa ko lagi ko raw pinapatay ang mga halaman namin. Matutuwa 'yun kapag nakabuhay ako ng halaman.

Maryann: Paniguradong pati mga halaman mo, matutuwa!

A GREEN THUMB

Rich: Hi, Maryann.

Maryann: Hello, Rich! How are you today?

Rich: I'm great. How are you?

Maryann: I'm good. I'm just watering my plants.

Rich: I actually wanted to talk to you about your plants.

Maryann: Oh really?

Rich: Yes. My family and I are taking a trip for two weeks, and I wanted to ask you if you can water our plants while we are gone.

Maryann: Of course! I'm always happy to help my favorite neighbors.

Rich: Thanks so much! I am so bad with plants. I never know how much water or light to give them. They always die.

Maryann: Oh no! Well, I'm happy to teach you a little about plants. People say I have a green thumb.

Rich: What do you mean? Your thumb isn't green.

Maryann: Ha ha. No, I don't mean it's *actually* green. "A green thumb" means you are good at taking care of plants.

Rich: Oh! I've never heard that before.

Maryann: Really?!

Rich: Really.

Maryann: Well, now you know that expression! And after I teach you about plants, maybe your thumb will turn green, too!

Rich: I hope so! My wife says I always kill our plants. She will be happy if our plants stay alive.

Maryann: I'm sure your plants will be happy, too!

62

ANG PERPEKTONG ARAW PARA SA IYO - YOUR PERFECT DAY (A2)

Ji-hwan: Maglaro tayo.

Juliette: Laro? Anong laro?

Ji-hwan: Ipikit mo ang mga mata mo at isipin mo kung ano ang perpektong araw para sa iyo.

Juliette: Bakit kailangan ko pang pumikit?

Ji-hwan: Para mas maramdaman mo.

Juliette: Sige.

Ji-hwan: Okay, paano mo sisimulan ang araw mo?

Juliette: Magigising ako sa isang napakalambot na kama sa isang magandang bahay sa Bali.

Ji-hwan: Bali! Ayos. Tapos?

Juliette: Tapos maririnig ko ang agos ng tubig sa labas ng kwarto ko, pati na rin ang paghuni ng mga ibon. Maglalakad ako palabas at makikita ko ang magandang tanawin. Meron akong sariling pool at sa likod ng pool ay gubat. May mga paru-paro sa paligid.

Ji-hwan: Ang ganda naman ng naiisip mo. Tapos?

Juliette: May gwapong lalaki ang maghahatid sa akin ng agahan.

Ji-hwan: Teka... ako o ibang lalaki?

Juliette: Ang sabi ko, gwapo.

Ji-hwan: Ang sama mo!

Juliette: Biro lang! Sabi mo perpektong araw, ito ang perpektong araw para sa akin.

Ji-hwan: Okay, sige. Tuloy mo na.

Juliette: May gwapong lalaking maghahatid sa akin ng agahan. Kinakain ko ang masarap na pagkain habang pinagmamasdan ang magandang kapaligiran. Tapos may maliit na elepante ang pupunta sa akin at maglalaro kami ng isang oras.

Ji-hwan: Wow.

Juliette: Tapos maliligo ako sa ilog malapit sa bahay ko.

Ji-hwan: Kasama ba ako riyan?

Juliette: Oo, ngayon kasama ka na. Natutulog ka kaso bigla kang ginising noong maliit na elepante. Tapos mamamasyal lang tayo sa mga dagat at gubat!

Ji-hwan: Ang sarap pakinggan! Puwede ba natin gawin 'yan sa totoong buhay?

Juliette: Oo. Kailangan lang muna nating kumita ng maraming pera!

Ji-hwan: Haha, okay! Ginanahan na ako!

YOUR PERFECT DAY

Ji-hwan: Let's play a game.

Juliette: A game? What kind of game?

Ji-hwan: Close your eyes and imagine your perfect day.

Juliette: Why do I need to close my eyes?

Ji-hwan: Because it will help you imagine it better.

Juliette: Okay.

Ji-hwan: All right, so how do you begin your day?

Juliette: I wake up, and I am in a super comfortable bed in an amazing house in Bali.

Ji-hwan: Bali! Cool. Then what?

Juliette: I hear the sound of a waterfall outside my bedroom, and the birds are chirping. I walk outside and I see a beautiful view. I have a private pool and behind my private pool there is a rainforest. And there are butterflies flying around me.

Ji-hwan: That sounds beautiful. What do you do now?

Juliette: A handsome man delivers breakfast to me.

Ji-hwan: Wait—me or a different handsome man?

Juliette: I said a *handsome* man.

Ji-hwan: That's mean!

Juliette: I'm kidding! You said "perfect day" and this is my perfect day.

Ji-hwan: Okay, fine. Continue.

Juliette: A handsome man delivers breakfast to me. It's delicious and I'm enjoying it and looking at the beautiful scenery. Then a baby elephant runs over to me and we play for an hour.

Ji-hwan: Wow.

Juliette: And then I swim in the river and the waterfall near my house.

Ji-hwan: Am I there?

Juliette: Yes, now you're with me. You were sleeping but the baby elephant woke you up. Then we explore beaches and jungles all day!

Ji-hwan: That sounds amazing! Can we do that in real life?

Juliette: Yes. We just need to make a lot more money first!

Ji-hwan: Ha ha, okay! Now I'm motivated!

63

ANONG LENGGWAHE ANG GUSTO MONG MATUTUNAN? - WHAT LANGUAGE DO YOU WANT TO LEARN? (A2)

Vanessa: Ilang lenggwahe ang sinasalita mo, Jay?

Jay: Ingles lang. Nag-aral ako ng Espanyol noong high school kaya may konting alam din ako rito. Ikaw?

Vanessa: Ingles at Espanyol, tapos nag-aral din ako ng Pranses noong high school.

Jay: Oh, wow! Mahirap ba ang Pranses?

Vanessa: Hindi naman. Meron itong pagkakahawig sa Espanyol.

Jay: Ah, oo nga. Magkahawig din ang Ingles at Espanyol.

Vanessa: Totoo. Mas marami silang pagkakapareho kaysa sa Intsik, halimbawa!

Jay: Oo, mas magkapareho talaga sila! Sa totoo lang, gusto ko ring aralin ang wikang Intsik.

Vanessa: Talaga? Bakit?

Jay: Gusto ko kasing magnegosyo. Tingin ko makakatulong sa akin na alam ko kung paano mag-Intsik. Lalo't marami na rin ang nagsasalita nito.

Vanessa: Oo nga. Pero mukhang mahirap matutunan ang wikang Intsik, 'no?

Jay: Oo. Napakahirap talaga. Lalo na ang pagbabasa, pagsusulat, at pagbigkas.

Vanessa: Paano mo siya inaaral?

Jay: Meron akong libro tapos nanonood din ako ng mga palabas na Intsik sa internet.

Vanessa: Ayos, ah! Kailan ka nagsimula mag-aral?

Jay: Mga tatlong buwan na. Baguhan pa lang ako. Pero may alam na akong mangilan-ngilang pangungusap, kaya masaya ako.

Vanessa: Ang galing! Tingin ko rin maganda matuto ng wikang Intsik. Kapag naghanap ka ng trabaho, maraming kumpanya ang magiging interesado sa iyo.

Jay: Sana nga. Ikaw ba, anong lenggwahe pa ang gusto mong matutunan?

Vanessa: Italyano sana. Parang ang ganda ng lenggwaheng ito.

Jay: Tama ka! Simulan mo na.

Vanessa: Sa totoo lang, naging inspirasyon na kita ngayon. Parang gusto ko na rin magsimula mag-aral ngayon!

Jay: Ayos!

WHAT LANGUAGE DO YOU WANT TO LEARN?

Vanessa: How many languages do you speak, Jay?

Jay: Just English. I studied Spanish in high school so I know a little bit of it. What about you?

Vanessa: I speak English and Spanish, and I studied French in middle school and high school.

Jay: Oh, wow! Was French hard for you to learn?

Vanessa: Not really. It's similar to Spanish.

Jay: Yeah, that makes sense. Spanish and English are similar, too.

Vanessa: True. They are more similar than English and Chinese, for example!

Jay: Yes, much more similar! Actually, I want to learn Chinese.

Vanessa: Really? Why?

Jay: Well, I want to be a businessman, and I think Chinese will be very useful in the future. It is becoming more widespread.

Vanessa: Yes, it is. But Chinese is very difficult to learn, right?

Jay: Yeah. It's very hard. Especially reading, writing, and pronunciation.

Vanessa: How are you studying?

Jay: I have a textbook and I watch some Chinese TV shows on the Internet.

Vanessa: That's so cool! When did you start learning Chinese?

Jay: About three months ago. I'm still a beginner. But I can say a few sentences, so I'm happy about that.

Vanessa: That's awesome! And I think it's a good idea to study Chinese. When you apply for jobs, the companies will be interested in your application.

Jay: I hope so. What language do you want to learn?

Vanessa: I want to learn Italian. I think it's so beautiful.

Jay: I agree! You should study Italian.

Vanessa: Actually, you are inspiring me. I think I will start learning it now!

Jay: Great!

64

MASYADO KA NANG MARAMING SAPATOS! - YOU HAVE TOO MANY SHOES! (A2)

Brandon: Steph, punung-puno na ang aparador mo. Wala nang espasyo para sa mga damit ko.

Stephanie: Oops. Pasensiya na. Marami kasi akong sapatos.

Brandon: Masyado ka nang maraming sapatos! Mga ilang pares na ba ng sapatos ang meron ka?

Stephanie: Uhm... noong isang buwan nasa tatlumpu't apat na. Tapos bumili pa ako ng isang pares noong isang linggo.

Brandon: Meron ka ng tatlumpu't limang pares ng sapatos?!

Stephanie: Oo.

Brandon: Kailangan mo ba talaga ng tatlumpu't limang pares ng sapatos?

Stephanie: Mahilig talaga ako sa sapatos. At saka sinusuot ko naman lahat.

Brandon: Pero hindi mo sinusuot lahat. Dapat ipamigay mo na ang iba sa mga nangangailangan.

Stephanie: Tama ka. Titingnan ko kung alin ang mga puwedeng ipamigay at kung alin ang itatago ko.

Brandon: Magandang ideya nga iyan. Kailangan mo ba ng tulong?

Stephanie: Sige.

Brandon: Okay... itong mga kulay lila?

Stephanie: Gusto ko n'yan! Sinuot ko 'yan sa kasal ni Isabelle at sa isang party sa opisina namin noong isang taon.

Brandon: Dalawang beses mo lang ito naisuot?

Stephanie: Oo.

Brandon: Kailan mo ulit ito isusuot?

Stephanie: Hindi ko pa alam. Sa susunod na taon siguro.

Brandon: Sa susunod na taon? Gusto mo ba talagang itago lang ito sa aparador sa loob ng isang taon? Kapag ipinamigay mo ito, merong isang taong mas makikinabang.

Stephanie: Oo nga, tama ka. Salamat sa lahat, sapatos ko. Masaya akong naisuot ka!

Brandon: Ayos 'yan, Steph! Okay, paano naman itong asul na sapatos...?

YOU HAVE TOO MANY SHOES!

Brandon: Steph, the closet is so full! There is no space for my clothes.

Stephanie: Oops. I'm sorry. I have a lot of shoes.

Brandon: You have too many shoes! And how many pairs of shoes do you have?

Stephanie: Umm... I had thirty-four last month. But I bought another pair last week.

Brandon: So, you have thirty-five pairs of shoes?!

Stephanie: Yes.

Brandon: Do you really need thirty-five pairs of shoes?

Stephanie: I really like shoes. And I wear most of them.

Brandon: But you don't wear all of them. You should donate some of your shoes to charity.

Stephanie: You're right. I will look at all my shoes now and decide which ones I want to keep.

Brandon: I think that's a really good idea. Do you want some help?

Stephanie: Sure.

Brandon: Okay.... what about these purple ones?

Stephanie: I love those! I wore those to Isabelle's wedding and to my office party last year.

Brandon: So, you only wore them two times?

Stephanie: Yes.

Brandon: When will you wear them again?

Stephanie: I don't know. Maybe next year.

Brandon: Next year?! Do you really want to keep these in the closet for a year? If you give them to charity, another person can wear them.

Stephanie: Yeah. You're right. Bye, purple shoes. I enjoyed wearing you!

Brandon: Good job, Steph! Okay, what about these blue sneakers...?

65

HINDI 'YAN MAGANDA -
THAT'S NOT VERY NICE (A2)

Arianna: Kristoffer! Huwag mong tawaging "tanga" ang kapatid mo! Hindi 'yan maganda.

Kristoffer: Pero kinuha niya ang bola ko!

Arianna: Oo, hindi rin tama ang ginawa niya. Pero hindi mo siya dapat tawaging tanga. Hindi 'yan magandang salita.

Kristoffer: Wala akong pakialam. Galit ako sa kanya.

Arianna: Humingi ka ng pasensiya sa kaniya.

Kristoffer: Ayoko.

Arianna: Kris, makinig ka sa akin. Humingi ka na ng pasensiya sa kapatid mo.

Kristoffer: Mamaya na lang.

Arianna: Ngayon na.

Kristoffer: Sige na nga. Pasensiya ka na, Kate.

Arianna: Anong inihihingi mo ng pasensiya? Sabihin mo sa kaniya.

Kristoffer: Pasensiya na dahil tinawag kitang tanga.

Arianna: Salamat, Kris. At narinig mo ba siya? Humingi rin siya ng pasensiya sa iyo?

Kristoffer: Okay. Nakakainis talaga ang mga kapatid na babae.

Arianna: Masayang magkaroon ng kapatid na babae. Ako nga, tinuturing kong matalik na kaibigan ang kapatid kong babae. Noong mga bata kami, madalas din kaming mag-away. Pero ngayon, nagpapasalamat ako sa kanya.

Kristoffer: Ano ang madalas ninyong pag-awayan ni Tita Kristina?

Arianna: Lahat. Kung ano ang normal na pinag-aawayan ng mga bata.

Kristoffer: Kinukuha rin ba niya ang mga laruan mo?

Arianna: Oo naman.

Kristoffer: Anong ginawa mo?

Arianna: Minsan nagagalit talaga ako at nakakapagsalita ng hindi maganda. Pero laging sinasabi ng nanay namin na dapat kaming humingi ng pasensiya sa isa't isa. Tapos gagaan na ang pakiramdam namin.

Kristoffer: Hindi naman gumaan ang pakiramdam ko.

Arianna: Baka hindi pa lang ngayon. Pero maya-maya.

Kristoffer: Okay. Puwede ba akong maglaro sa labas?

Arianna: Oo. Pero maghahapunan na tayo sa loob ng kalahating oras.

Kristoffer: Okay. Salamat, Mama.

Arianna: Walang problema, anak.

THAT'S NOT VERY NICE

Arianna: Kristoffer! Don't call your sister "stupid"! That's not very nice.

Kristoffer: But she took my ball!

Arianna: Well, that was not nice of her. But you should not call her stupid. That's not a nice word.

Kristoffer: I don't care. I'm mad at her.

Arianna: Please tell her you're sorry.

Kristoffer: No.

Arianna: Kris, listen to me. Apologize to your sister.

Kristoffer: I'll do it later.

Arianna: Please do it now.

Kristoffer: Fine. Kate, I'm sorry.

Arianna: What are you sorry for? Tell her.

Kristoffer: I'm sorry I called you stupid.

Arianna: Thank you, Kris. And did you hear her? She just apologized to you, too.

Kristoffer: Okay. Sisters are so annoying.

Arianna: Sisters are wonderful. My sister is my best friend. When we were kids, we fought a lot. But now I am so grateful for her.

Kristoffer: What did you and Aunt Kristina fight about?

Arianna: Everything. Normal kid things.

Kristoffer: Did she ever take your toys?

Arianna: Of course.

Kristoffer: What did you do?

Arianna: I got angry at her and sometimes I said mean things to her. But then my mom told us to say I'm sorry to each other. And we felt better after.

Kristoffer: I don't feel better.

Arianna: Maybe not yet. But you will.

Kristoffer: Okay. Can I go play outside now?

Arianna: Yes. But dinner will be ready in half an hour.

Kristoffer: All right. Thanks, Mom.

Arianna: Of course, sweetie.

66

PAGBUBUKAS NG ACCOUNT SA BANGKO - SETTING UP A BANK ACCOUNT (B1)

Empleyado ng banko: Hi! Ano pong kailangan nila?

James: Hi. Gusto kong magbukas ng account dito sa bangko.

Empleyado ng banko: Okay, matutulungan ko po kayo riyan. Anong klase ng account po ang gusto ninyong buksan?

James: Checking account.

Empleyado ng banko: Okay po. Checking account lang po? Gusto n'yorin po ba magbukas ng savings account?

James: Hindi na, checking account lang.

Empleyado ng banko: Okay po. Kailangan n'yopong magdeposito ng isang libong piso para makapagbukas ng account.

James: Sige. Puwede ba akong magdeposito ng mas malaki?

Empleyado ng banko: Puwedeng-puwede po! Puwede po kayong magsimula sa gusto n'yo, basta po lagpas isang libong piso.

James: Okay. Magsisimula muna ako sa limang libong piso.

Empleyado ng banko: Okay po. Kailangan ko na lang po ng inyong lisensya sa pagmamaneho at saka SSS number. Tapos kailangan n'yopong sagutan ang form na ito ng mga impormasyon tungkol sa inyo.

James: Wala akong dalang SSS ID ngayon. Ayos lang ba 'yun? Pero alam ko ang numero ko.

Empleyado ng banko: Wala pong problema. Kailangan lang po namin ang numero.

James: Okay. Matatanggap ko ba agad ang debit card ngayong araw?

Empleyado ng banko: Hindi pa po, matatanggap n'yopo ang inyong card sa loob ng lima hanggang sampung araw. Ipapadala po namin sa bahay ninyo.

James: Oh, paano ako makakabili kung walang pang-debit card?

Empleyado ng banko: Puwede po ninyong gamitin ang lumang checking account ninyo, o kaya naman po ay mag-withdraw na lang kayo ng pera hanggang sa matanggap ninyo ang bago ninyong card.

James: Okay, sige. Maraming salamat sa tulong mo.

Empleyado ng banko: Salamat din po! Ingat po!

James: Salamat, ikaw rin.

SETTING UP A BANK ACCOUNT

Bank employee: Hello! How can I help you?

James: Hi. I need to set up a bank account.

Bank employee: Great! I can help you with that. What kind of account would you like to open?

James: A checking account.

Bank employee: All right. Just a checking account? Would you like to open a savings account as well?

James: No, just a checking account.

Bank employee: Perfect. So, you'll need to deposit at least twenty-five dollars to open the account.

James: That's fine. Can I deposit more?

Bank employee: Yes, of course! You can start with however much you'd like, as long as it's over twenty-five dollars.

James: Okay. I'll start with one hundred dollars.

Bank employee: Sounds good. I'll need your driver's license and social security number. And you'll need to fill out this form with your basic information.

James: I don't have my social security card with me. Is that okay? But I know my number.

Bank employee: That's fine. We just need your number.

James: Okay. Do I get a debit card today?

Bank employee: No, it takes between five and ten days to receive your card. You'll get it in the mail.

James: Oh. How do I make purchases before I get my debit card?

Bank employee: You'll have to use your previous checking account, or you can withdraw some cash today and use that until you receive the card.

James: I see. All right, thanks for your help.

Bank employee: Thank you, too! Have a good day!

James: Thanks; you too.

67

PAGHIHINTAY BAGO MAKASAKAY NG EROPLANO - WAITING TO BOARD AN AIRPLANE (B1)

Mason: Anong oras puwedeng pumasok sa gate?

Alexis: Nagsisimula na.

Mason: Ah, okay. Ilabas na natin ang ating mga boarding pass.

Alexis: Oo. Ano ang seat number natin?

Mason: 47B at 47C. Sa gitna at sa daanan.

Alexis: Ayos lang sa 'kin maupo sa gitna kung gusto mo sa dulong upuan.

Mason: Maiksi lang naman ang flight, kaya walang problema sa akin na maupo sa gitna.

Alexis: Mas mahahaba ang binti mo, kaya ikaw na sa dulong upuan.

Mason: Salamat! Ililibre na lang kita ng inumin paglapag natin sa Seattle.

Alexis: Haha, sige ba!

Mason: Ang daming tao sa pila. Mukhang puno ang flight.

Alexis: Mukhang tama ka. Hindi naman ako nagtataka, holiday kasi.

Mason: Tama. Sana may tamang espasyo pa sa lagayan sa taas para sa mga bagahe natin dahil hindi naman tayo kumuha ng check-in!

Alexis: Alam ko. Medyo mahirap nga magbitbit ng mga carry-on na bagahe, pero mas mabuti na 'yun kasi ikaw ang may hawak sa mga gamit mo. Ayokong naghihintay ng bagahe sa belt.

Mason: Oo. Minsan sobrang tagal talaga bago lumitaw ang bagahe mo! Paglapag ng eroplano ang gusto ko lang gawin ay makalabas ng paliparan at umuwi!

Alexis: Ako rin. Hindi rin mahaba ang pasensiya ko sa ganyan. Kaya siguro magkaibigan tayo!

Mason: Haha! Isa lang 'yan sa napakadaming rason!

WAITING TO BOARD AN AIRPLANE

Mason: When does boarding start?

Alexis: It's starting now.

Mason: Oh, okay. We'd better get our boarding passes out.

Alexis: Yeah. What are our seat numbers?

Mason: 47B and 47C. Middle and aisle seats.

Alexis: I don't mind sitting in the middle if you want the aisle seat.

Mason: It's a short flight, so I really don't mind sitting in the middle.

Alexis: You have longer legs, so you can take the aisle.

Mason: Thanks! I'll buy you a drink when we land in Seattle.

Alexis: Ha ha, deal!

Mason: There are so many people in line; I think it will be a full flight.

Alexis: I think you're right. I'm not surprised; it's a holiday weekend.

Mason: Right. I hope there is enough space for our bags in the overhead bins. We took a risk by not checking our bags!

Alexis: I know. It's kind of a pain to lug around a carry-on bag, but I prefer to have my bag with me. And I don't like waiting for my bag at the baggage carousel.

Mason: Yeah. Sometimes it can take forever for the bags to come out! When I arrive I just want to get out of the airport and start my trip!

Alexis: Me too. I'm not patient, either. That must be why we're friends!

Mason: Ha ha. That's one of the many reasons!

68

PAG-AAMPON NG ASO - ADOPTING A DOG (B1)

Wendy: Parang kailangan ni Barley ng kalaro.

Juan: Gusto mong kumuha ng isa pang aso? Sigurado ka bang may oras ka para riyan?

Wendy: Oo, sa tingin ko oras na para kumuha tayo ng isa pa.

Juan: Okay, anong uri ng aso ang nasa isip mo?

Wendy: Hindi ko pa alam, pero basta gusto ko mag-ampon. Maraming aso ang nasa shelter, kaya gusto kong magligtas at mag-ampon ng isa.

Juan: Hindi ka ba natatakot sa kung anong ugali ng aso ang mapupunta sa iyo? Paano kung pasaway?

Wendy: Nakapag-ampon na ng aso ang mga kaibigan ko at lahat naman sila ay maamo. Sa tingin ko mabait sila dahil nagpapasalamat silang may nag-ampon sa kanila at may nagbigay sa kanila ng bagong tahanan.

Juan: Sabagay. Si Brisket, 'yung aso ng kaibigan mo, ay sobrang maamo. At inampon din siya.

Wendy: Tama!

Juan: Saan mo balak mag-ampon ng aso? Sa shelter?

Wendy: Oo, pero puwede rin akong magtingin sa internet para sa mga center o mga grupo na nagpapaampon ng mga aso.

Juan: Oo nga. Pipili ka lang ba ng isa tapos ihahatid nila sa bahay mo?

Wendy: Hindi, kailangan mo pang magsagot ng form. Sa tingin ko rin merong tao na pupunta sa bahay mo para tingnan kung maayos ba para sa pag-aalaga ng aso.

Juan: Wow, napaka-komplikado pala ng proseso.

Wendy: Oo, siyempre gusto lang nila siguruhin na maayos ang bahay na kahihinatnan ng aso. Marami rin akong narinig na ibinibalik na aso pagkatapos ampunin.

Juan: Sana makasundo ni Barley ang bagong aso.

Wendy: Sana nga. Hindi na ako makapaghintay na magkaroon ng isa pang aso!

ADOPTING A DOG

Wendy: I think Barley needs a buddy.

Juan: You want to get another dog? Are you sure you have time for that?

Wendy: Yeah, I think it's time.

Juan: Okay, what kind of dog are you thinking of getting?

Wendy: I'm not sure, but I know I want to adopt one. There are a lot of dogs at the shelter, so I want to adopt a rescue.

Juan: But aren't you worried about the dog's personality? What if the dog is mean?

Wendy: My friends have rescues and each dog is so loving. I think the dogs are grateful to be in a loving home and their loving personalities seem to reflect that.

Juan: I guess that's true. Your friend's dog Brisket seems to be very loving, and I know he was adopted.

Wendy: Exactly!

Juan: So where are you going to go to adopt a dog? The pound?

Wendy: Yeah, but I can also go on the Internet sites for adoption centers or pet rescue organizations to find one.

Juan: I see. Do you just pick one and they deliver the pet to you?

Wendy: No, you have to fill out an adoption form, and I think someone from the organization comes over to do a home check.

Juan: Wow, this is much more complicated than I thought.

Wendy: Yeah, I think they're just trying to make sure that the dog is going to a good home permanently. I have heard that many animals are returned to shelters after they are adopted.

Juan: Well, hopefully Barley and the new dog will get along.

Wendy: I hope so, too. I can't wait to adopt another dog!

69

ISANG ARAW SA TABING-DAGAT - A DAY AT THE BEACH (B1)

Josh: Hi, Rebecca! Akala ko hindi ka na makakarating. Buti na lang nandito ka na.

Rebecca: Oo, natagalan ako sa pagpunta rito. Lumipat ako sa California para mas maging malapit sa mga dagat, kaya gusto kong makasama sa lakad na ito. At saka, ang ganda ng panahon nitong mga nakaraang araw.

Josh: Pero taga-West Covina ka. Hindi ba apat na oras ang layo mo rito?

Rebecca: Oo, kapag may trapik. Pero ngayong araw dalawang oras lang ang biyahe ko.

Josh: Ang layo pa rin, pero mabuti nandito ka na! Hindi ka pa ba nagugutom? Marami tayong pagkain dito.

Rebecca: Gutom na nga ako, eh! Anong meron?

Josh: Merong regular at maanghang na hotdog, meron ding nakabalot sa bacon, at saka hotdog na gawa sa turkey.

Rebecca: Meron bang hindi hotdog?

Josh: Parang nakain na yata ni Nathaniel ang huling piraso ng hamburger. Pero marami rin tayong sitsirya na may sawsawan at saka iba't ibang klase ng inumin.

Rebecca: Ayos! Kung may natira pa, 'yung hotdog na nakabalot sa bacon na lang ang kakainin ko.

Josh: Sige ba, heto.

Rebecca: Salamat, mukhang masarap! 'Nga pala, meron ka bang sunblock? Naiwan ko kasi sa bahay 'yung akin.

Josh: Oo, meron ako rito.

Rebecca: Salamat! Makikipaglaro ka ba ng volleyball sa lahat?

Josh: Siguro, pero kakakain ko lang kaya magpapahinga muna ako ng isa't kalahating oras. Ayokong sumakit ang tiyan ko.

Rebecca: Oo nga. Gusto mo bang maging kakampi ko?

Josh: Sige!

Rebecca: Ayos! Masaya ito panigurado!

A DAY AT THE BEACH

Josh: Hey, Rebecca! I was beginning to think you weren't going make it. I'm glad you're here.

Rebecca: Yeah, it took a while to get here. I moved to California to be closer to the beach so this is worth it. Plus, the weather has been beautiful lately.

Josh: But you live in West Covina. Aren't you four hours from the beach?

Rebecca: Yeah, but that's with traffic. It only took me two hours today.

Josh: That's still pretty far, but all right! Hey, are you hungry? We have lots of food here.

Rebecca: I am! What do you have?

Josh: We have regular hot dogs, spicy hot dogs, bacon-wrapped hot dogs, and turkey hot dogs.

Rebecca: Do you have anything that's not a hot dog?

Josh: I think Nathaniel ate the last hamburger. But we have tons of chips and dip and all kinds of beverages in the coolers over there.

Rebecca: Great! Actually, I'll have a bacon-wrapped hot dog if you have any left.

Josh: Sure, here you go.

Rebecca: Thanks, this looks delicious! By the way, do you have any sunscreen? I think I left mine at the house.

Josh: Yes, I have some right here.

Rebecca: Thanks! Are you going to play volleyball with everyone?

Josh: Probably, but I just ate so I'm going to wait half an hour before I play. I don't want to get a stomachache.

Rebecca: Good idea. Do you want to be on my team?

Josh: Sure!

Rebecca: Great! This is going to be so much fun!

70

GUMAWA TAYO NG CHEESEBURGER - LET'S MAKE CHEESEBURGERS (B1)

Whitney: Gutom na ako. Hindi pa ako kumakain buong araw.

John: Anong gusto mong kainin? Gutom na rin ako.

Whitney: Gusto ko ng cheeseburger. Puwede mo bang ipakita sa akin paano magluto ng isa? Masarap ang mga cheeseburger mo!

John: Oo naman!

Whitney: Meron akong mga sangkap dito.

John: Talaga? Meron kang tinapay na pang-hamburger?

Whitney: Oo, at saka giniling na baka.

John: Mga pampalasa?

Whitney: May mustard, mayonnaise, ketsup at saka matamis na pickles.

John: Ayos! Ako naman merong lettuce at kamatis kung gusto mo.

Whitney: Parang gusto ko ng burger na may espesyal na sauce at American cheese.

John: Okay, sige. Ihanda na natin lahat bago tayo gumawa ng burger.

Whitney: Anong puwede kong gawin?

John: Puwede mo nang simulan ang espesyal na sauce habang tinutusta ko ang tinapay. Paghalu-haluin mo lang ang mustard, mayonnaise, ketsup, at matamis na pickles sa isang mangkok. Dapat magkakapareho sila ng sukat.

Whitney: Sige.

John: Lalagyan ko ng konting mantikilya ang tinapay bago ko tustahin.

Whitney: Tapos na ang sauce. Anong susunod kong gagawin?

John: Lamasin mo ang giniling na baka sa sangkalan at gumawa ka ng bilog.

Whitney: Ilalagay ko ba ang pula ng itlog sa gitna?

John: Oo! Buti naalala mo! Lagyan mo rin ng kaunting olive oil, asin, at paminta. Tapos paghalu-haluin mo lahat at gumawa ng dalawang bola gamit ito. Huwag mo masyadong siksikin ang karne. Ihahanda ko na ang kawali.

Whitney: Ano na ang susunod?

John: Kapag mainit na ang kawali, ilagay mo ang meat ball at saka pipiin hanggang maging patty. Lutuin mo ang bawat gilid sa loob ng tig-isang minuto. Tapos ilagay mo ang keso sa taas. Kapag medyo lumamig na, puwede mo nang gawin ang burger at kainin.

Whitney: Ayos! Hindi na ako makapaghintay!

LET'S MAKE CHEESEBURGERS

Whitney: I'm hungry. I haven't eaten all day.

John: What do you want to eat? I am hungry, too.

Whitney: I want a cheeseburger. Can you show me how to make one? You make really good cheeseburgers!

John: Sure!

Whitney: I have some ingredients for us.

John: Really? Do you have hamburger buns?

Whitney: Yes. I also have ground beef.

John: What about condiments?

Whitney: I have mustard, mayonnaise, ketchup, and sweet relish.

John: Perfect! I happen to have some lettuce and tomatoes if you want some.

Whitney: I think I will have a burger with special sauce and American cheese.

John: Okay, cool. Let's get everything prepped before we make the burgers.

Whitney: What would you like me to do?

John: You can make the special sauce while I toast the buns. Mix equal parts mustard, mayonnaise, ketchup, and sweet relish together in a bowl.

Whitney: Okay.

John: I will toast the buns with a little bit of butter.

Whitney: The special sauce is ready. What do I do next?

John: Crumble the ground beef on a cutting board and make a circle with the ground beef.

Whitney: Do I add the egg yolk in the middle?

John: Yes! Good memory! You should also drizzle some olive oil and sprinkle on some salt and pepper. Then, mix everything together and form two balls from the ground beef. Don't pack the meat too tightly. I will get the pan ready.

Whitney: What do we do next?

John: Once the pan is hot, place a meat ball on the pan and then smash the ball into a patty. Cook the patty for a minute on each side. Then, add the cheese on top. Finally, turn off the heat and let the burger rest for a few minutes. Once the burger is cool, you can make your burger and eat it.

Whitney: Sounds great! I can't wait!

71

MAY BUHOK SA PAGKAIN KO - THERE'S A HAIR IN MY FOOD (B1)

Gerald: Kumusta ang salad mo?

Millie: Masarap naman. Pero hindi sobrang sarap. Kumusta 'yang pie mo?

Gerald: Masarap siya. Malasang-malasa. At saka... ay! May kasama pang iba.

Millie: Ano?

Gerald: May buhok.

Millie: Buhok? Buhok ng tao?

Gerald: Oo, at medyo mahaba pa.

Millie: Sigurado ka ba?

Gerald: Heto, oh.

Millie: Gerald...

Gerald: Aba, hindi mura sa kainan na ito, ah. Dapat walang buhok sa pagkain.

Millie: Gerald!

Gerald: Ano?

Millie: Puti ang buhok sa pagkain mo.

Gerald: Ano naman ngayon? Anong ibig mong sabihin?

Millie: Tumingin ka sa paligid mo. Walang ibang may puting buhok dito kundi...

Gerald: Uh...

Millie: Sa tingin ko buhok mo 'yan.

THERE'S A HAIR IN MY FOOD

Gerald: How's your salad?

Millie: It's okay. Not amazing. How's your potpie?

Gerald: It's great, actually. It has a ton of flavor. And... oh my gosh. It has something else, too.

Millie: What?

Gerald: A hair.

Millie: A hair? A human hair?

Gerald: Yeah, and it's pretty long.

Millie: Are you sure?

Gerald: It's right here.

Millie: Gerald...

Gerald: I mean, this restaurant isn't cheap. There shouldn't be hair in our food.

Millie: Gerald!

Gerald: What is it?

Millie: The hair in your potpie is white.

Gerald: So? What's your point?

Millie: Take a look around. There's no one else here who has white hair.

Gerald: Uh...

Millie: I think that's your hair.

KANAN O KALIWETE? - RIGHT-HANDED OR LEFT-HANDED? (B1)

Santiago: Kanang kamay ang ipinangsusulat mo, hindi ba?

Lauren: Oo, ikaw rin, no?

Santiago: Oo. Pero ang tatay ko pati na ang kuya ko ay parehong kaliwete.

Lauren: Ah, ang galing naman. Namamana kaya ang pagiging kaliwete o hindi sa pamilya?

Santiago: Hindi ko rin alam. Pero ang alam ko ay konektado ang personalidad mo sa kung anong kamay ang dominante sa iyo.

Lauren: Talaga? Ano pang narinig mo?

Santiago: Hindi ko alam kung totoo, pero nabasa ko na ang mga taong dominante ang kanang kamay ay mas mataas ang marka sa mga IQ test at mas mahaba ang buhay.

Lauren: Oh, wow! Hindi nga?

Santiago: Tapos ang mga kaliwete naman ay mas magaling sa sining at talagang mga genius. At saka kadalasan daw ay mas mataas ang sinusweldo ng mga kaliwete kaysa sa mga taong hindi.

Lauren: Hmm. Paano kaya nangyayari iyon?

Santiago: Kung kaliwete lang ako siguradong genius ako at masasagot kita riyan.

Lauren: Haha, tama! Hindi tayo masyadong matalino para maintindihan kung bakit.

Santiago: Madami ring mga sikat na tao sa pulitika at kasaysayan na kaliwete. Si Obama ay kaliwete. Sina George W. Bush at Bill Clinton din. Ang sabi rin nila, sina Alexander the Great, Julius Caesar at Napoleon ay kaliwete. May mga musikero rin tulad nina Kurt Cobain at Jimi Hendrix.

Lauren: Wow, paano mo naman nalaman ang lahat ng iyan?

Santiago: Hindi ko alam! Natuwa lang talaga ako kasi ang galing.

Lauren: Oo nga. Ngayon tuloy gusto ko nang maging kaliwete.

Santiago: Aba, bente-otso anyos ka na, hindi ko alam kung mababago mo pa iyan!

RIGHT-HANDED OR LEFT-HANDED?

Santiago: You're right-handed, aren't you?

Lauren: Yeah. You are too, right?

Santiago: Yes. But my dad and brother are left-handed.

Lauren: Oh, interesting. Does right- and left-handedness run in families?

Santiago: I have no idea. But I've heard that personality and other characteristics are connected to your dominant hand.

Lauren: Really? What have you heard?

Santiago: I'm not sure if it's true, but I read that right-handed people often score higher on intelligence tests and they live longer.

Lauren: Oh wow. No way.

Santiago: And left-handed people tend to be more creative and are more likely to be geniuses. Oh, and left-handed people earn something like 25 percent more money than right-handed people.

Lauren: Whoa. I wonder why that happens.

Santiago: Well, maybe if I were left-handed I'd be a genius and understand why!

Lauren: Ha ha, true! We aren't smart enough to understand it.

Santiago: There have also been a lot of world leaders and historical figures who were left-handed. Obama is left-handed. So are George W. Bush and Bill Clinton. Supposedly, Alexander the Great, Julius Caesar, and Napoleon were lefties. And some musicians like Kurt Cobain and Jimi Hendrix.

Lauren: Wow, how do you know so much about this?

Santiago: I don't know! I think it's fascinating.

Lauren: It is. Now I wish I were left-handed.

Santiago: Well, you're twenty-eight years old, so I'm not sure you can change that now!

73

MENSAHE SA BOTE - MESSAGE IN A BOTTLE (B1)

Scott: Gustung-gusto ko talaga sa dagat. Wala masyadong tao at ang linaw ng tubig.

Sky: Para tayong nasa langit.

Scott: Ang lambot din ng buhangin! Parang pulbos.

Sky: Maganda talaga ang mga dagat na may puting buhangin.

Scott: Ang ganda talaga dito, 'no?

Sky: Oo, ang ganda talaga! Nakaka-kalma rin ang simoy ng hanging-dagat. Dapat maligo na tayo maya-maya.

Scott: Oo nga, mukhang masarap ang tubig!

Sky: Teka... nakikita mo ba iyon?

Scott: Ang alin?

Sky: May nakalutang sa tubig na parang kumikinang na bagay. Mukhang... bote?

Scott: Nakakatawa siguro kung may mensahe sa loob ng bote, 'no?

Sky: Oo nga, mukhang nakakaaliw 'yon!

Scott: Heto na ang bote. Meron pang takip.

Sky: Tingnan mo! Meron ngang naka-bilot sa loob. Mukhang papel.

Scott: Teka lang... Aha! Nakuha ko na.

Sky: Anong nakasulat?

Scott: Hindi ko alam... hindi ko maintindihan kasi mukhang luma na ang pagkakasulat. Sa tingin ko ang sabi niya...

Sky: ...Ano?

Scott: Wala. Wala akong nakita.

Sky: Ano nga! Anong sabi? Gusto ko nang malaman!

Scott: Ang sabi, "Tumakbo na kayo..."

Sky: Haha! Nakakatawa. Ano nga kasi ang nakasulat?

Scott: Ikaw na ang bumasa.

Sky: Ah... oo nga. Iyon nga ang nakasulat. Parang nanloloko lang.

Scott: Oo, baka nga.

Sky: Huy, may nakikita akong barko sa malayo. Hindi ko alam na meron palang mga barko malapit dito.

Scott: Dala mo ba ang binoculars?

Sky: Oo, heto.

Scott: Salamat. Sa nakikita ko... may itim na bandila na may puting bungo at dalawang buto na nakapormang X. At papunta rito ang barko.

Sky: Pirata yata ang mga iyan!

Scott: Kailangan na nating makaalis dito! Takbo!

MESSAGE IN A BOTTLE

Scott: I really love this beach. It's always empty and the water is so clear.

Sky: It's like our own little slice of heaven.

Scott: The sand is so soft! It feels like powder.

Sky: White sand beaches are so nice.

Scott: Don't you love this place?

Sky: I really do. The ocean breeze is so calming and relaxing. We should go for a swim soon.

Scott: I agree. The water feels great!

Sky: Wait... do you see that?

Scott: See what?

Sky: There's something shiny floating in the water. It looks like... a bottle.

Scott: Wouldn't it be funny if there was a message in that bottle?

Sky: Yeah, that'd be funny!

Scott: Here's the bottle. It has a cork.

Sky: And look! I think there's something rolled up inside. Looks like paper.

Scott: Give me a second. Aha! Got it.

Sky: What does it say?

Scott: I don't know... it's hard to make out because the writing looks really old. From what I can tell, I think it says...

Sky: ...Well?

Scott: Nothing. It's nothing.

Sky: Come on! What does it say? I'm so curious!

Scott: It says, "Run for your lives..."

Sky: Ha ha. Very funny. What does it actually say?

Scott: See for yourself.

Sky: It... really does say that. What a silly message.

Scott: Yeah, I guess.

Sky: Hey, I see a ship in the distance. I didn't think there would be any ships nearby.

Scott: Did you bring the binoculars?

Sky: Yeah, here they are.

Scott: Thanks. I see… a black flag with a white skull and two bones in an "X" shape. And the ship is coming this way.

Sky: I think those are pirates!

Scott: We have to get out of here. Run!

74

PAANO AKO MAKAKARATING DOON? - HOW DO I GET THERE? (B1)

Jeffrey: Gusto ko nang makita ang bagong bahay mo!

Sarina: Oo, ako rin!

Jeffrey: Hindi ako makapaniwala na hindi pa kita nabibisita sa bago mong bahay magmula nang lumipat ka.

Sarina: Ayos lang! Alam ko namang marami kang ginagawa.

Jeffrey: Oo nga, eh. Buti na lang medyo maluwag na sa trabaho. Hindi ako nakalabas masyado sa loob ng halos tatlong buwan!

Sarina: Nagsisimula ka pa lang naman sa negosyo. Talagang natural lang na maging abala ka.

Jeffrey: Alam kong magiging sobrang abala, pero hindi ko alam na ganito pala! Pero masaya ako na nagtatrabaho ako para sa sarili. Nakakapagod lang pero sa huli, lahat ng pagod may kinapupuntahan.

Sarina: Masaya akong marinig 'yan.

Jeffrey: Puwede ko bang gamitin ang app ng mapa sa aking telepono para makapunta sa lugar n'yo?

Sarina: Sasabihin ko na lang sa iyo ang direksyon papunta rito. Marami kasing naliligaw pagpunta rito.

Jeffrey: Sige. O, paano ako makakarating diyan?

Sarina: Sa 94 East ka dumaan papuntang Spring Street. Tapos kumanan ka pagkalabas mo ng freeway. Pagka-liko mo sa kanan, kumanan ka ulit sa isang kanto. Maliit lang ang kanto na ito kaya madalas nalalagpasan.

Jeffrey: Bale, kanan pagkatapos ng freeway. Tapos kanan ulit sa isang maliit na kanto.

Sarina: Oo. Tapos diretso ka lang, mga dalawang bahay, tapos kumaliwa ka sa Oak Tree Lane. Diretso ka lang paakyat ng burol. Pagka-akyat, kumanan ka. Puti ang bahay namin na may malaking puno ng niyog sa harap.

Jeffrey: Sige, alam ko na. Salamat! Mga alas-sais i-medya ako darating. Tatawagan na lang kita kung sakaling mawala ako.

Sarina: Oo, tawagan mo lang ako kapag kailangan mo ng direksyon! Sige, mamaya na lang!

Jeffrey: Sige!

HOW DO I GET THERE?

Jeffrey: I'm so excited to see your new place!

Sarina: Yay, me too!

Jeffrey: I can't believe I haven't visited you at your new house since you moved.

Sarina: It's okay! You've been so busy.

Jeffrey: Yeah, I have. I'm glad work has slowed down a bit. I haven't had a social life for, like, three months!

Sarina: Well, you just started a business. It's understandable that things have been so crazy.

Jeffrey: I knew it would be crazy, but it was even worse than I imagined! But I love working for myself. It's stressful but, in the end, all the work is worth it.

Sarina: That's great to hear.

Jeffrey: So, can I just use a maps app on my phone to get to your place?

Sarina: Actually, I'm going to give you directions. Some people have gotten lost on the way here.

Jeffrey: Okay, okay. So how do I get there?

Sarina: Take 94 East to Spring Street. Then turn right after you exit the freeway. Immediately after you turn right, turn right again. It's a small street and many people miss it.

Jeffrey: So, turn right after the freeway. Then make an immediate right again on a small street.

Sarina: Yes. And then go straight for about two blocks, and then turn left on Oak Tree Lane. Go up the hill. Turn right at the top of the hill. Our house is the white one with the palm tree in the front.

Jeffrey: Okay, got it. Thanks! I'll be there around 6:30. I'll let you know if I get lost.

Sarina: Yes, give me a call if you need more directions! All right, see you soon!

Jeffrey: See ya!

75

PAGBILI NG TIKET SA EROPLANO - BUYING A PLANE TICKET (B1)

Pam: Gusto mo bang magbakasyon kasama ako?

Jim: Oo naman! Anong pinaplano mo?

Pam: Gusto ko talagang kumain ng pizza, kaya pupunta tayo sa New York!

Jim: Babiyahe ka talaga papuntang New York para lang sa pizza?

Pam: Oo! At saka, mabibisita rin natin ang mga pinsan ko roon. Ang tagal ko na silang hindi nakikita.

Jim: Sige, tara. Kailan tayo aalis?

Pam: Tingin ko puwede na akong magbakasyon sa mga susunod na linggo.

Jim: Sakto! Kasi sa susunod pa na buwan ang pasukan namin sa eskwelahan.

Pam: Tumingin na tayo ng mga tiket sa internet. May mga sale yata ang mga airline ngayon, sana makakuha tayo ng mura.

Jim: Dapat siguro sa umaga tayo umalis para dumating tayo roon ng hapunan.

Pam: Pizza agad pagkalapag natin? Mukhang magiging masaya ang bakasyon na ito, ah!

Jim: Oo nga. May nakita ka na?

Pam: Oo, ang pinakamurang tiket ngayon ay labinlimang libong piso kada tao, balikan. Pero hatinggabi ang alis.

Jim: Eh 'yung mga byahe ng umaga?

Pam: Uhm... nasa tatlumpu't limang libong piso.

Jim: Ano?! Grabe naman 'yan!

Pam: 'Di ba? Hindi rin ako masyado bumabiyahe ng gabi, kaya lang masyadong malayo ang presyo nito!

Jim: Tama ka. Sige, bilhin na natin 'yang tiket kahit hatinggabi ang alis. Matulog na lang tayo sa biyahe.

Pam: Sige. Meron pa ba tayong mga points sa card natin pambili ng tiket?

Jim: Wala na, pero meron tayong points na natitira para sa mga hotel.

Pam: Ayos! Sige, bumili na ako ng dalawang tiket gamit ang credit card ko. Puwedeng ikaw na ang mag-asikaso sa hotel?

Jim: Tapos na. Mukhang tuloy na tuloy na tayo sa New York.

Pam: Pizza, hintayin mo kami!

BUYING A PLANE TICKET

Pam: Would you like to go on a trip with me?

Jim: Sure! What do you have in mind?

Pam: I really want some pizza, so we're going to New York!

Jim: You want to go all the way to New York just for pizza?

Pam: Yes! Plus, we'll get to visit my cousins. I haven't seen them in ages.

Jim: Okay, let's do it. When are we going?

Pam: I think I will be able to use some vacation time in a few weeks.

Jim: That's good because I don't start school for another month.

Pam: Let's check online for some plane tickets. I think some of the airlines are having a sale right now, so hopefully we can get some great deals.

Jim: We should probably try to leave in the morning so we can get there in time for dinner.

Pam: Pizza as soon as we land? I am loving this journey already!

Jim: Me too. Have you found anything?

Pam: Yeah, the lowest ticket price right now is $280 round trip per person, but it's a red-eye flight.

Jim: What about the morning flights?

Pam: Uh... $700.

Jim: What?! That's ridiculous!

Pam: Right? I normally don't purchase overnight flights, but the price difference is too great.

Jim: I agree. Let's buy the red-eye flight tickets and take a nap as soon as we get there.

Pam: Okay. Do we have any mileage points left?

Jim: No, but we still have hotel credit leftover.

Pam: Yay! All right, I just purchased two tickets with my credit card. Can you book us a hotel?

Jim: Just did. I guess we're going to New York.

Pam: Pizza, here we come!

76

PAGLILINIS NG BAHAY - CLEANING THE HOUSE (B1)

Tracy: Araw ng paglilinis ngayon!

Landon: Ang paboritong araw ko sa isang buwan!

Tracy: Haha! Aling kwarto ang gusto mong linisin?

Landon: Uhm, puwede kong gawin lahat maliban sa kusina.

Tracy: Sige. Ako sa kusina, ikaw sa banyo.

Landon: Ayos lang sa akin.

Tracy: Ako na rin sa mga kwarto. Ikaw na sa sala?

Landon: Okay. Paano ang garahe?

Tracy: Hay! Sa susunod na lang 'yun. Isang buong araw ang aabutin ng garahe.

Landon: Oo nga. Lahat ba ng panlinis ay nasa ilalim ng lababo?

Tracy: Oo at meron ding mga ekstrang tisyu sa may kusina kung kailangan mo.

Landon: Ayos! Magpapatugtog ako habang naglilinis!

Tracy: Haha! Anong mga kanta naman ang papatugtugin mo?

Landon: Ngayong araw, mga rock noong 80's. Ayokong naglilinis, kaya dapat ganahan ako!

Tracy: Sige, kung anong gusto mo!

Landon: *(Habang naglilinis ng banyo)* Mahal, bakit napakarami mong kailangang shampoo?

Tracy: Hindi ganoon kadami ang mga shampoo ko...

Landon: Merong apat na klase rito.

Tracy: Eh, kasi gusto kong subukan lahat para malaman kung ano ang pinakamaganda.

Landon: Shampoo lang naman 'yan!

Tracy: Importante ang buhok ko! Ikaw, bakit napakadami mong mga sapatos na iba-ibang kulay?

Landon: Mahilig ako sa sapatos!

Tracy: Teka, parang kailangan na nating itapon ang basahan na ito. Sira-sira na.

Landon: Oo, itapon na natin 'yan.

Tracy: Ayan, tapos na ako sa kusina. Sunod naman ang mga kwarto!

Landon: Okay!

CLEANING THE HOUSE

Tracy: It's cleaning day!

Landon: My favorite day of the month!

Tracy: Ha ha. Which rooms do you want to tackle?

Landon: Umm, I'll do anything except the kitchen.

Tracy: Okay, fine. I'll do the kitchen if you do the bathroom.

Landon: That works.

Tracy: And I'll do the bedroom. Do you want to do the living room?

Landon: Sure. What about the garage?

Tracy: Ugh. Let's just save that for next time. That'll take a whole day by itself.

Landon: True. Are all the cleaning products under the sink?

Tracy: Yeah and there are extra paper towels in the pantry if you need them.

Landon: Cool. I'm going to put on some cleaning music!

Tracy: Ha ha. What kind of music is that?

Landon: Today it's 80s rock. I hate cleaning, so I need to stay motivated!

Tracy: Whatever works for you!

Landon: *(cleaning the bathroom)* Honey, why do you need so many shampoos?

Tracy: I don't have that many shampoos...

Landon: You have four different kinds here.

Tracy: Well, I like to try different types and see which one I like best.

Landon: It's just shampoo!

Tracy: My hair is important! Why do you have the same pair of sneakers in three different colors?

Landon: I like sneakers!

Tracy: Hey, should we throw out this kitchen towel? It's pretty torn up.

Landon: Yeah, we can probably get rid of it.

Tracy: All right, I'm done with the kitchen. Time to move on to the bedroom!

Landon: Okay!

77

ASO O PUSA? - DOG OR CAT? (B1)

Marley: Steve! Gusto mo bang maglaro? Wala akong magawa ngayon!

Steve: Hindi muna, Marley. Wala akong oras maglaro ngayong araw.

Marley: Sige na, maglaro na tayo! Masaya 'yun!

Steve: Hindi talaga puwede.

Marley: Pero may dala akong lasagna!

Steve: ...Sige, akin na ang lasagna.

Marley: Puwede kang kumain ng kahit gaano karaming lasagna pagkatapos nating maglaro!

Steve: Sige na nga! Anong laro?

Marley: Anong mas gusto mo, pusa o aso?

Steve: Paano naman 'yan nilalaro?

Marley: Maglilista ako ng mga dahilan kung bakit mas magaling ang mga aso tapos ikaw naman sa pusa.

Steve: Tapos?

Marley: Kung sino ang makapagbibigay ng pinakamaayos na mga dahilan ang panalo.

Steve: Sino namang magsasabi kung sino ang panalo?

Marley: Tayong dalawa!

Steve: Hindi ko naiitindihan paano mangyayari 'yun, pero ang mukhang masarap talaga ang lasagna.

Marley: 'Yan ang pinakamasarap na lasagnang matitikman mo!

Steve: Sige na nga. Gawin na natin 'yang pambata mong laro.

Marley: Ayos! Ako muna.

Steve: Sige lang.

Marley: Okay, mas magagaling ang mga aso dahil mapagmahal sila, hindi ka nila iiwan. Masaya silang kalaro, nakakatawa, mabilis, matalino, sobra-sobrang masaya kalaro, kapag nagtapon ka ng bagay puwede niyang ibalik sa iyo, sobrang bilis tumakbo, at sobrang lakas tumahol! Oh, at napakalakas ng pang-amoy nila!

Steve: Inulit-ulit mo lang 'yung iba, eh.

Marley: Hindi, magkaiba ang masayang kalaro sa sobra-sobrang masaya kalaro! Ikaw na!

Steve: Hindi.

Marley: Ano?

Steve: Huwag na lang.

Marley: Sige na!

Steve: Alis na ako, Marley.

DOG OR CAT?

Marley: Steve! Do you want to play? I'm so bored right now!

Steve: No, Marley. I don't have time for this today.

Marley: Come on, let's play a game! It'll be fun!

Steve: No.

Marley: But I've brought lasagna!

Steve: ...fine. Hand over the lasagna.

Marley: You can have all the lasagna you want after we play a game!

Steve: All right, what's the game?

Marley: Which is better: dog or cat?

Steve: How do we play this game?

Marley: I'll list reasons why dogs are better and you have to list reasons why cats are better.

Steve: And then?

Marley: And then the winner is whoever comes up with better reasons.

Steve: Who decides on the winner?

Marley: We both do!

Steve: This doesn't make sense, but that lasagna looks really good.

Marley: It's the best lasagna you will ever have!

Steve: Okay, fine. I'll play your silly game.

Marley: Great! I'll go first.

Steve: Go on.

Marley: Okay, so dogs are great because they are loving, loyal, playful, super fun, funny, silly, fluffy, fast, smart, really, really fun, really, really playful, and they can play fetch, run really fast, and bark really loud! Oh, and they have the best sense of smell!

Steve: Some of those were repeated.

Marley: No, super fun is different from really, really fun. Now it's your turn!

Steve: No.

Marley: What?

Steve: This isn't worth it.

Marley: Oh, come on!

Steve: See you later, Marley.

78

PAGBISITA SA KAPIHAN - VISITING A COFFEE SHOP (B1)

Riley: Hi, pasok po kayo! Ano pong gusto nila?

Nour: Hi. Isang... hmm... gusto ko ng kape ngayong araw pero hindi ko alam kung anong klase.

Riley: Gusto n'yopo ba ng drip coffee? O kaya naman espresso drink tulad ng latte o cappuccino? Meron din pong ibang klase naman tulad ng tinatawag nilang pour over.

Nour: Ano 'yung pour over? Lagi ko ngang nakikita sa mga menu ng ibang lugar pero hindi ko alam kung ano 'yun.

Riley: Kapag po sinabing pour over coffee, ginagawa po siya gamit ang mga nakikita ninyong lalagyan at pang-timpla rito sa may harapan. Dahan-dahan pong binubuhusan ng barista ng mainit na tubig ang kadidikdik lang na kape tapos tutulo na po ang kape rito sa parang embudo na lalagyan.

Nour: Ah, gano'n pala! Salamat sa paliwanag mo.

Riley: Wala pong problema. Pili lang po kayo riyan. Tawagin n'yona lang po ako kapag may order na kayo.

Nour: Meron na akong order. Meron bang medium vanilla latte?

Riley: Opo. Anong klase po ng gatas ang gagamitin?

Nour: Almond milk.

Riley: Sige po. May gusto po ba kayong kainin?

Nour: Uhm, sige. Isang orange scone.

Riley: Paborito ko rin po iyan.

Nour: Talaga? Mukhang masarap!

Riley: Masarap po talaga! Bale, isang medium vanilla latte at isang orange scone po. Ang babayaran n'yopo ay tatlong daang piso po.

Nour: Okay. Heto ang card ko.

Riley: Paki-pasok na lang po rito.

Nour: Oh, sige.

Riley: Okay na po. Ingat po!

Nour: Salamat. Ikaw rin!

VISITING A COFFEE SHOP

Riley: Hi, welcome! What can I get for you?

Nour: Hi. Can I get a…. hmm… I want coffee but I'm not sure what kind today.

Riley: Well, are you in the mood for drip coffee? An espresso drink like a latte or cappuccino? Or something different like a pour over?

Nour: What's a pour over? I keep seeing that on coffee shop menus and I don't know what it is.

Riley: A pour over coffee is made with the tools and containers you see on the counter here. The barista slowly pours hot water over freshly ground coffee and the coffee comes out in this funnel-shaped container.

Nour: Ah, I see! Thanks for that explanation.

Riley: No problem. Take your time and let me know when you're ready to order.

Nour: I think I'm ready. Can I have a medium vanilla latte?

Riley: Sure. What kind of milk would you like in that?

Nour: Almond milk, please.

Riley: No problem. Would you like anything to eat?

Nour: Umm, sure. I'll have an orange scone.

Riley: Those are my favorite.

Nour: Yeah? It looks good!

Riley: It is! Okay, so with the medium vanilla latte and orange scone your total comes to $6.78.

Nour: Great. Here's my card.

Riley: Actually, you can just insert it here.

Nour: Oh, I see.

Riley: Okay, you're all set! Have a good day!

Nour: Thanks. You too!

79

HINDI KO MAHANAP ANG SUSI KO - I CAN'T FIND MY KEYS (B1)

Li Na: Danny, nakita mo ba ang susi ko?

Danny: Wala sa lamesa sa may pintuan?

Li Na: Wala.

Danny: Natingnan mo na ba sa kusina?

Li Na: Naghanap na ako sa lahat ng sulok.

Danny: Kahit sa kwarto? Eh, sa banyo?

Li Na: Oo, naghanap na ko sa kwarto at banyo, dalawang beses pa nga.

Danny: Saan mo ba huling nakita?

Li Na: Naaalala ko hawak ko pa noong pumasok ako ng bahay. 'Yun 'yung huling beses na nakita ko ang susi ko.

Danny: Lagi na lang nangyayari sa iyo ito!

Li Na: Oo nga, eh. Dapat talaga ayusin ko na mga gamit ko!

Danny: Lagi mo kasing ibabalik kung saan mo kinuha para hindi ka nawawalan.

Li Na: Kaya nga, eh. Pero ngayon kailangan ko munang mahanap.

Danny: Okay, tutulungan kitang maghanap. Ako sa sala, tapos ikaw maghanap ka ulit sa kwarto at sa banyo. Hindi mo kaya naiwan sa kotse?

Li Na: Hindi, kasi ni-lock ko ang kotse bago ako pumasok sa bahay.

Danny: Ah, tama.

Li Na: Wala sa ibabaw pati na sa ilalim ng kama. Wala rin sa sahig, sa lababo, o drawer ng banyo.

Danny: Natingnan mo na ba ang pitaka mo?

Li Na: Oo naman!

Danny: Tingnan mo lang ulit, baka sakali.

Li Na: ...

Danny: Ano?

Li Na: Nakita ko na.

Danny: Saan?

Li Na: Sa pitaka ko.

Danny: Diyos ko…

I CAN'T FIND MY KEYS

Li Na: Danny, have you seen my keys?

Danny: They're not on the table by the door?

Li Na: No.

Danny: Have you checked the kitchen counter?

Li Na: I've looked everywhere.

Danny: Even the bedroom? What about the bathroom?

Li Na: Yes, I've looked in the bedroom and the bathroom. Twice.

Danny: Where was the last place you saw them?

Li Na: I remember walking in the house with them. And that's the last time I remember seeing them.

Danny: This always happens to you!

Li Na: I know. I need to get more organized!

Danny: You should put them back in the same place every time. That way you won't lose them.

Li Na: Yeah, you're right. But right now I just need to find them.

Danny: Okay, I'll help you search for them. I'll look in the living room, and you can look again in the bedroom and bathroom. Do you think you could have left them in your car?

Li Na: No, because I had to lock my car and then get into the house.

Danny: Good point.

Li Na: They're not on the bed. They're not under the bed. They're not on the ground. They're not on the bathroom counter or in the bathroom drawers.

Danny: Did you check your purse?

Li Na: Of course I did!

Danny: Maybe check again, just in case.

Li Na: .....

Danny: What?

Li Na: I found them.

Danny: Where?

Li Na: In my purse.

Danny: Oh my gosh...

80

UMUULAN! - IT'S RAINING! (B1)

Akira: Mukhang uulan ngayong araw.

Yasir: Talaga? Sabi sa balita aaraw raw.

Akira: 'Yung nakita kong balita, ang sabi ay may tatlumpung porsyentong posibilidad na uulan.

Yasir: Sigurado ka? Tama ba ang lugar na tinitingnan mo?

Akira: Uhm, mukha naman! Sa app sa telepono ko tiningnan.

Yasir: Nakakapagtaka naman.

Akira: Magdala ka na lang din ng payong kung sakali.

Yasir: Ayoko nga.

Akira: Ikaw ang bahala. Basta sinabihan kita, ha!

Yasir: Haha. Okay!

(Makalipas ang walong oras …)

Akira: Kumusta ang trabaho mo?

Yasir: Ayos naman pero ang daming ginawa. Tatakbo muna ako ngayon.

Akira: Dalian mo! Makulimlim ang langit.

Yasir: Hindi nga uulan, Akira!

Akira: Hmm, tingnan natin.

(Bumalik si Yasir pagkatapos ang dalawampung minuto.)

Akira: Naku, basang-basa ka!

Yasir: Biglang umulan habang tumatakbo ako!

Akira: Sinabi ko na kasi sa iyong uulan!

Yasir: Ugh, oo na. Tama ka nga. Dapat nakinig ako sa iyo.

Akira: Oh, 'di ba? Lagi akong tama.

Yasir: Hindi naman lagi, pero... madalas.

Akira: Haha, salamat! Oh, dali at magpalit ka ng tuyong damit!

IT'S RAINING!

Akira: I think it's going to rain today.

Yasir: Really? The weather forecast said it would be sunny.

Akira: The forecast I saw said there was a 30 percent chance of rain.

Yasir: Are you sure? Were you looking at the right city?

Akira: Uh, I think so! I was just looking at the weather app on my phone.

Yasir: That's weird.

Akira: You should take an umbrella just in case.

Yasir: Nah.

Akira: All right! Don't say I didn't warn you!

Yasir: Ha ha. Okay!

(Eight hours later...)

Akira: How was work?

Yasir: It was good but busy. I'm going to go for a run now.

Akira: You should hurry! The clouds look ominous.

Yasir: It's not going to rain, Akira!

Akira: Hmm, we'll see.

(Yasir returns twenty minutes later.)

Akira: Oh my gosh, you're soaked!

Yasir: It started raining while I was running!

Akira: I told you it was going to rain!

Yasir: Ugh, fine, you were right. I should have listened to you.

Akira: See? I'm always right.

Yasir: Not always, but... a lot of the time.

Akira: Ha ha, thanks! Now go get into some dry clothes!

81

PASENSIYA NA -
I'M SORRY (B1)

Matt: Gusto kong humingi ng pasensiya kay Dana. Nabastos ko siya at kasalanan ko 'yun.

Beth: Oo, maganda ngang ideya iyan.

Matt: Paano kaya ako hihingi ng pasensiya?

Beth: Tawagan mo siya at yayain mo siyang makipagkita. Sabihin mo sa kaniya na gusto mong makipag-usap at humingi ng tawad sa nangyari.

Matt: Okay, tinawagan ko na siya. Magkikita kami sa susunod na linggo.

Beth: Mabuti naman. Masaya ako na pumayag siyang makipagkita sa iyo.

Matt: Ako rin. Ano bang dapat kong sabihin kapag nakita ko siya?

Beth: Sabihin mo na humihingi ka ng tawad at kung bakit. Siguraduhin mo ring bigyan siya ng pagkakataon na sabihin ang nararamdaman niya.

Matt: Oo nga. Nakakainis talaga kapag may nasasabi ako na pinagsisisihan ko rin naman. Dapat talaga itikom ko na lang itong bibig ko, eh.

Beth: Lahat naman tayo may nagagawang pinagsisisihan natin. Ang maganda naman ay naisip mong mali ka at gusto mong humingi ng pasensiya para rito. Hindi lahat kayang gawin 'yun.

Matt: Kung sa bagay... Ilang taon na rin kaming magkaibigan ni Dana. Naaalala ko pa noong una kaming nagkakilala. Pareho kaming kumukuha ng klase tungkol sa mga dinosaur noong kolehiyo.

Beth: Dinosaur?!

Matt: Oo, sobrang astig no'n! Magkatabi kami sa klase isang araw tapos nagsimula na lang kaming mag-usap. Tapos, hindi ko namalayan, halos araw-araw na pala kaming magkasama!

Beth: Aww, nakakatuwa naman. Panigurado mapapatawad ka niya. Hindi ako masyadong kakabahan kung ako sa iyo.

Matt: Sana nga magdilang-anghel ka. Sobrang importante talaga sa akin ang pagkakaibigan namin.

Beth: Sa tingin ko naman alam niya 'yun. Galingan mo sa susunod na linggo! Balitaan mo ako kung ano ang mangyayari.

Matt: Sige.

I'M SORRY

Matt: I want to apologize to Dana. I was rude to her and I feel bad about it.

Beth: I think that's a good idea.

Matt: How should I apologize?

Beth: You should call her and ask her to meet you. Tell her you want to talk about what happened and apologize.

Matt: Okay, I just called her. We're going to meet next week.

Beth: That's good. I'm happy she agreed to meet with you.

Matt: Me too. So, what do I say when I see her?

Beth: You should tell her you're sorry and why you're sorry. And make sure she tells you how she feels too.

Matt: Yeah. I hate it when I say something that I regret. I wish I could just keep my mouth shut sometimes.

Beth: Everyone does things they regret. The good thing is that you realized what you said was wrong and you want to apologize for it. Not everyone would do that.

Matt: I guess. Dana and I have been friends for so many years. I remember when I first met her. We were both taking a class on dinosaurs in college.

Beth: Dinosaurs?!

Matt: Yeah, it was cool! We sat next to each other in class one day and we just started talking. And then before I knew it, we were hanging out almost every day!

Beth: Aww, that's so nice. I'm sure she'll forgive you. I wouldn't worry too much.

Matt: I hope you're right. Her friendship is really important to me.

Beth: I think she understands that. Good luck next week! Let me know how it goes.

Matt: Will do.

82

ISANG BABY SHOWER - A BABY SHOWER (B1)

Kyle: Anong ginagawa mo?

Jenna: Naghahanda ako para sa baby shower ni Annie!

Kyle: Anong mga klaseng paghahanda?

Jenna: Itong mga bag pang-beach ay puno ng mga gamit tulad ng sunblock, salamin, tsinelas, at kung anu-ano pang mga pang-beach. Bawat bisita ay makakatanggap ng isa na may pangalan nila.

Kyle: Ayos, ah! Ang gaganda nila.

Jenna: Salamat. Pinaghirapan ko 'yan!

Kyle: Oo, sigurado ako matutuwa si Annie.

Jenna: Sana nga!

Kyle: Ano bang ginagawa sa baby shower? Hindi pa ako nakakapunta sa isa.

Jenna: Tingin ko depende talaga kada tao, pero kadalasan ay malapit na kaibigan o kapatid ang nagpaplano ng isang baby shower. Tapos may pagkain at mga palaro. Minsan nagbubukas din ang magiging nanay ng mga regalo.

Kyle: Anu-anong mga klaseng laro?

Jenna: Madami. Isa sa mga pinakasikat na laro 'yung hindi ka puwede magbanggit ng salitang "sanggol" sa buong party. Kapag dumating na ang mga bisita, bibigyan sila ng perdible ng diaper at ilalagay nila 'yun sa damit nila. Kapag may narinig kang bisitang nagbanggit ng "sanggol," puwede mong kunin ang perdible niya. Kung sino ang may pinakamaraming perdible sa huli, siya ang panalo.

Kyle: Mukhang nakakatawa nga iyon.

Jenna: Oo. Meron ding mga laro na gumagamit ng maduduming diaper.

Kyle: Uhm, ano?

Jenna: Haha! Siyempre hindi naman talaga "marumi". Lalagyan mo lang ng tunaw na tsokolate ang diaper tapos ipapasa sa lahat hanggang sa mahulaan anong klase ng tsokolate ito.

Kyle: Wow. Ang galing naman.

Jenna: Oo, masaya 'yun!

Kyle: O, siya sige... Sana maging masaya ang party ni'yo! At sigurado ako na magugustuhan ng lahat ang mga bag pang-beach.

Jenna: Salamat!

A BABY SHOWER

Kyle: What are you doing?

Jenna: I'm making party favors for Annie's baby shower!

Kyle: What kind of party favors?

Jenna: These are beach bags filled with things like sunscreen, sunglasses, flip-flops, and other fun things for the beach. Each guest gets a bag with their name on it.

Kyle: That's a good idea! And they look great.

Jenna: Thanks. It's a lot of work!

Kyle: Yeah, but Annie will be really happy.

Jenna: I hope so!

Kyle: So, what happens at a baby shower? I've never been to one.

Jenna: I think it depends on the shower, but usually someone close to the mother-to-be, like her sister or best friend, plans a party. There's food and games and sometimes the mom-to-be opens gifts.

Kyle: What kind of games do you play?

Jenna: There are a lot of different games. In one popular game you can't say the word "baby" at the party. When guests arrive, everyone is given a diaper pin and they wear it on their shirt. If one guest hears another guest say "baby," he or she can take the rule breaker's pin. The person with the most pins wins the game.

Kyle: That's kind of funny.

Jenna: Yeah. There are other games too like dirty diapers.

Kyle: Umm, what?

Jenna: Ha ha. The diapers aren't *actually* "dirty." You put melted chocolate bars inside diapers and everyone passes the diapers around and guesses what kind of candy bar it is?

Kyle: Wow. That's... interesting.

Jenna: It is. But it's fun!

Kyle: Well, I hope you have fun at the party! And I'm sure everyone will love the beach bags.

Jenna: Thanks!

83

SA SASTRE -
AT THE TAILOR (B1)

Justin: Hi! Gusto ko sanang paputulan ang pantalon ko. Medyo mahaba. Tapos ito namang T-shirt, gusto kong pasikipan sa gilid.

Sastre: Okay. Gusto mo bang isukat muna ang pantalon at T-shirt?

Justin: Oo, sige.

Sastre: Okay. Nandoon ang kwarto kung saan ka puwede magsukat.

Justin: Salamat.

(Makalipas ang tatlong minuto …)

Sastre: Tumayo ka sa harap ng salamin. Heto, kung puputulan ko ng isang pulgada, magiging ganito kahaba. Ayos ba sa iyo 'yan?

Justin: Oo, mukhang ayos naman.

Sastre: Sige. Tingnan naman natin ang T-shirt mo.

Justin: Parang masyado siyang malaki para sa akin. Puwede kayang ipasok pa ang gilid?

Sastre: Oo naman. Kung ganito?

Justin: Hmm… Parang masyado namang masikip. Puwedeng paki-luwagan ng konti?

Sastre: Oo. Eh, ito?

Justin: Ayan. Sakto.

Sastre: Ayos! Sige, magbihis ka na ulit. Ingatan mo lang ang pantalon at T-shirt mo kapag hinubad, may mga perdible riyan.

Justin: Okay, salamat sa paalala. Baka matusok pa ako!

Sastre: Oo nga, masakit 'yan kapag nagkataon!

(Makalipas ang apat na minuto …)

Justin: Ngayon na ba ako magbabayad o mamaya pa?

Sastre: Ikaw ang bahala!

Justin: Sige, babayaran ko na lang kapag kinuha ko na.

Sastre: Okay.

Justin: Kailan kaya sila maaayos?

Sastre: Tingin ko mga pito hanggang sampung araw. Tatawagan na lang kita kapag tapos na sila.

Justin: Ayos, salamat.

Sastre: Walang problema. Ingat!

Justin: Ikaw din.

AT THE TAILOR

Justin: Hi. I'd like to get these pants hemmed. They're a little long. And I also want to make this shirt a little narrower on the sides.

Tailor: Great. Would you like to try on the pants and shirt?

Justin: Yes, please.

Tailor: All right, the fitting room is right there.

Justin: Thanks.

(Three minutes later...)

Tailor: Okay, come stand in front of the mirror. So, if I shorten them about an inch, they will be this long. How does that look?

Justin: Yeah, that looks good.

Tailor: Good. Let's take a look at the shirt.

Justin: I feel like it's a little wide on the sides. Can we take it in?

Tailor: Sure. How does this look?

Justin: Hmm... I actually think that's a little too tight. Can we make it a little looser?

Tailor: Yep. How's that?

Justin: That's perfect.

Tailor: Great! Go ahead and get changed. Be careful taking off your pants and shirt because there are pins in there!

Justin: Oh, thanks for the warning! I don't want to get jabbed!

Tailor: No, that wouldn't be good!

(Four minutes later...)

Justin: Do I pay now or later?

Tailor: It's up to you!

Justin: Okay, I'll pay when I pick them up.

Tailor: Sounds good.

Justin: When will they be ready?

Tailor: I think these will take between seven and ten days. I will give you a call when they're finished.

Justin: Great, thanks.

Tailor: No problem. Have a good day!

Justin: Same to you.

84

PAGHAHANAP NG MAPAPARADAHAN - LOOKING FOR A PARKING SPOT (B1)

Dany: Lagi na lang puno ng tao ang bodega na ito kapag ganitong oras. Bakit nga ulit tayo nandito?

Jon: Eh, kasi meron tayong malaking salu-salo kasama ang mga kaibigan at pamilya na galing pa sa malalayong lugar. Sa gano'ng karaming tao, kailangang maramihan ang pagbili natin para makatipid. At saka, wala rin naman akong ibang libreng oras kundi ngayon.

Dany: Puwede bang kumain man lang muna tayo ng pizza at hotdog sandwich? Masarap ang pizza nila rito.

Jon: Oo naman! Ibaba na lang kita rito habang naghahanap ako ng mapaparadahan?

Dany: Ano ka ba! Dalawa na tayong maghanap ng mapaparadahan. Tiyak na matatagalan din tayo rito.

Jon: Sige. Parang may bakante roon sa dulo!

Dany: Lumiko ka na rito! Madalas mas konti ang mga sasakyan sa banda rito.

Jon: Oo nga! Ayan, merong bakante — HOY!

Dany: Talaga bang inagawan niya tayo ng parking? Malinaw naman na tayo ang nauna!

Dany: Hindi maganda 'yan.

Dany: Ugh, maghanap na lang tayo ng iba. Oh! Ayun, may isa pa! Ay teka... naiwan lang palang bukas ang ilaw ng sasakyan. Walang tao sa loob.

Jon: Labinlimang minuto na tayong paikot-ikot dito. Parang mali yata na nagpunta pa tayo rito.

Dany: Ikaw naman, ang bilis mo sumuko... tingnan mo! May paalis na!

Jon: Ayos! Siguradong sa atin na 'yan!

Dany: Yehey! Makakakain na tayo ng pizza!

LOOKING FOR A PARKING SPOT

Dany: This warehouse club is always so busy at this time of day. Why are we here again?

Jon: Well, we have that giant party where all our friends and family from up north are coming down. With that many people, we need to purchase things in bulk quantities so we can save money. Plus, I don't have time any other day.

Dany: Can we at least stop for hot dogs and some pizza? Their pizza is awesome.

Jon: Sure! Maybe I should drop you off so you can order while I go find parking?

Dany: Don't be silly. Let's just look for a spot together. I feel like this is going to take much too long anyway.

Jon: Okay. I think I see a space in the far corner!

Dany: Turn in here! There are usually fewer cars in this section of the parking lot.

Jon: Good idea! Oh, here's a spot—HEY!

Dany: Did he just steal our parking space?! It was clearly ours!

Jon: That wasn't very nice.

Dany: Ugh, let's just keep looking. Oh! I think I see one! Oh wait... this person just left the car's lights on. There's no one in it.

Jon: We've been circling this parking lot for fifteen minutes now. I feel like I've made a huge mistake.

Dany: You give up too easily... look over there! That person is leaving!

Jon: Yes! This parking space is ours!

Dany: Hooray! Time for pizza!

85

ANONG PAPANOORIN NATIN? - WHAT SHOULD WE WATCH? (B1)

Will: Gusto mo bang lumabas ngayong gabi?

Kala: Naisip ko baka puwedeng dito na lang tayo sa bahay, manood ng pelikula sa TV at magpadeliver ng pagkain.

Will: Mukhang maganda nga 'yan. Hindi ko rin naman gaano kagusto na lumabas. Gusto mo ba ng Thai na pagkain?

Kala: Oo, masarap nga 'yan! Pero ang mas importante, anong papanoorin natin?

Will: Magandang tanong 'yan. Gusto mo bang tapusin ang palabas na pinapanood natin tungkol sa isang lalaki na hinahabol ng secret government agency?

Kala: Ayoko. Parang hindi ko gustong manood ng nakakagulat ngayon.

Will: Okay. Eh, kung 'yung baking show sa England?

Kala: Gusto ko ang palabas na 'yun pero hindi ngayong gabi.

Will: Sige... Eh, 'yung mga detektib na nagreresolba ng mga dating kaso?

Kala: Hmm, sige! Mukhang ayos 'yan.

Will: Saan ba tayo nahinto sa palabas na ito?

Kala: Hindi ko na matandaan.

Will: Doon yata sa 'yung nasa gubat sila sa North Carolina.

Kala: Ah, oo nga! Pang-apat na episode 'yun, hindi ba?

Will: Wow, ang galing mo. Tama. Panoorin na natin ang panglima!

WHAT SHOULD WE WATCH?

Will: Do you want to go out tonight?

Kala: Actually, I was thinking we could stay at home, watch something on one of our streaming services, and get food delivered.

Will: That sounds great. I don't really feel like going out anyway. How does Thai food sound?

Kala: That sounds delicious! But more importantly, what should we watch?

Will: Good question. Do you want to finish watching that series where that guy is being chased by some secret government agency?

Kala: Nah, I don't feel like watching something suspenseful.

Will: Okay, how about that baking show from England?

Kala: I love that show but I don't feel like watching it tonight.

Will: All right... how about that show where the detectives are trying to solve old crimes?

Kala: Hmm, okay! That sounds good.

Will: What was the last episode we watched?

Kala: I can't remember.

Will: I think they were in a forest in North Carolina?

Kala: Yes! You're right! That was episode four, I think?

Will: Wow, good memory. Let's watch episode five!

PAG-CHECK IN SA HOTEL - CHECKING IN AT THE HOTEL (B1)

Receptionist: Hello po. Tuloy po kayo sa Hotel by the Sea. Ano pong kailangan n'yo?

Freddy: Hi! Meron kaming reserbasyon sa apelyido na Jones.

Receptionist: Sige po, hanapin ko lang po saglit. Okay... Ang kinuha n'yopo ay isang malaking kwarto na may king-size na kama para sa tatlong gabi.

Freddy: Tama.

Receptionist: Puwede ko po bang makita ang ID at credit card na ginamit sa transaksyon?

Freddy: Oo, heto.

Receptionist: Salamat. Saan po kayo galing?

Freddy: Galing kami sa may Bay Area.

Receptionist: O, wow! Gusto ko po ang Bay Area.

Freddy: Oo nga! Pero gusto rin namin ang San Diego. Sinusubukan talaga naming bumisita rito isang beses sa isang taon.

Receptionist: Gusto ko rin po ang San Diego! Kaya dito na ako tumira! Maligayang pagbabalik po!

Freddy: Salamat! Teka, meron pa bang mga bakanteng kwarto na may kasamang tanawin?

Receptionist: Tingnan ko lang po, ah. Oh, mukhang swerte po kayo ngayon! Meron pong nagkansela mga limang minuto kanina!

Freddy: Wow! Buti pala nagtanong ako.

Receptionist: Oo nga po! Papalitan ko lang po saglit ang mga impormasyon n'yosa kompyuter.

Freddy: Sige lang, dito lang ako.

Receptionist: Okay... puwede na po kayong tumuloy. Heto po ang inyong susi at heto naman po ang password sa wifi. Nasa dulo po ang mga elevator.

Freddy: Okay, salamat!

Receptionist: Walang anuman po. Sana po ay maging masaya ang inyong pananatili rito at tawagan n'yo lang po kami kung may mga tanong po kayo.

Freddy: Salamat!

CHECKING IN AT THE HOTEL

Receptionist: Hello. Welcome to Hotel by the Sea. How can I help you?

Freddy: Hi, we have a reservation under the last name Jones.

Receptionist: Great, let me look that up. Okay... you have a large room with a king bed for three nights.

Freddy: Yes.

Receptionist: Can I see your ID and the credit card you used to make the booking?

Freddy: Yes, here they are.

Receptionist: Thank you. So where are you traveling from?

Freddy: We're from the Bay Area.

Receptionist: Oh, nice! I love the Bay Area.

Freddy: We do too! But we also love San Diego. We try to come here once a year.

Receptionist: I love San Diego too! That's why I live here. Well, welcome back!

Freddy: Thanks! Actually, are there any rooms with views available?

Receptionist: Let me check. Oh, it looks like you're in luck! We had a cancellation about five minutes ago!

Freddy: Wow! I'm glad I asked.

Receptionist: I am too! Let me change your information in the computer.

Freddy: That's fine; I can wait.

Receptionist: All right... you're good to go. Here are your keys and this is the Wi-Fi information. The elevators are around the corner there.

Freddy: Great, thank you!

Receptionist: My pleasure. Enjoy your stay and please let us know if you have any questions.

Freddy: Thank you!

87

DAPAT MONG KAUSAPIN ANG PROPESOR - YOU SHOULD TALK TO THE PROFESSOR (B1)

Debbie: Tingin ko hindi ako masyadong magaling sa klase na ito.

Phil: Talaga? Bakit naman? Nahihirapan ka ba sa klase?

Debbie: Oo, medyo nahihirapan ako. Tambak ako ng trabaho kaya hindi ako makapag-aral nang husto kahit na gusto ko. Meron lang ako halos isang oras kada gabi para mag-aral sa exam at gumawa ng mga takdang-aralin. Ang kailangan ko, tatlong oras!

Phil: Ah, gano'n ba? Ang hirap naman niyan.

Debbie: Kailangan mataas ang makuha ko sa klase na ito. Kaya kinakabahan ako.

Phil: Hindi mo ba puwedeng bawasan ang trabaho mo?

Debbie: Hindi ngayon. Kailangan ng pamilya ko, eh.

Phil: Naiitindihan ko. Paano kung kausapin mo na lang ang propesor at tanungin kung puwede ka niyang bigyan ng mas mahabang oras para makatapos sa mga takdang gawain?

Debbie: Naisip ko na rin 'yan. Kaya lang, ayaw ng mga propesor sa mga estudyante na laging nanghihingi ng palugit. Kapag kumuha ka ng isang klase, dapat panindigan at seryosohin mo.

Phil: Alam ko. Pero hindi mo naman alam. Malay mo, maunawain ang propesor.

Debbie: Sige... kakausapin ko siya bukas sa opisina niya.

Phil: Balitaan mo ako.

Debbie: Sige.

(Kinabukasan)

Debbie: Nakausap ko na ang propesor.

Phil: Oh? Anong nangyari?

Debbie: Sobrang bait niya. Binigyan niya ako ng mas mahabang oras para matapos lahat ng takdang gawain para sa linggong ito at sa susunod na linggo. Ang laki ng pasasalamat ko sa kanya.

Phil: Ang bait nga niya. Tingnan mo, sabi sa 'yo kausapin mo, eh!

Debbie: Alam ko. Ayoko pa noong una, pero buti na lang talaga.

Phil: Sana sa mga susunod na linggo mas maging maluwag na ang iskedyul mo para magawa mo na lahat ng dapat mong gawin.

Debbie: Sana nga!

YOU SHOULD TALK TO THE PROFESSOR

Debbie: I don't think I'm doing very well in this class.

Phil: Really? Why? Is the class difficult?

Debbie: Yes, it's a little difficult, but I've been working a lot and I haven't been able to study as much as I would like. I only have about one hour a night to do homework and study for tests. I need about three hours!

Phil: Oh, I see. That's too bad.

Debbie: I need to get a good grade in this class, too. So, I'm a little worried.

Phil: Can you work a little less?

Debbie: Not right now. I need to help my family.

Phil: I understand. Maybe you can talk to the professor and see if he can give you a little extra time to finish assignments?

Debbie: I've been thinking about doing that. But professors don't like it when students ask for extensions. When you enroll in a class, that's a commitment you make and you have to take it seriously.

Phil: I know. But you never know. The professor may be understanding.

Debbie: Yeah... I think I'll go talk to him during his office hours tomorrow.

Phil: Let me know how it goes.

Debbie: I will.

(The next day.)

Debbie: So, I talked to the professor.

Phil: Yeah? How did it go?

Debbie: He was really nice. He's giving me an extension on the homework this week and next week. I'm so grateful.

Phil: That's so nice of him. See? I told you to talk to him!

Debbie: I know. I felt so bad for asking, but I'm glad I did.

Phil: Well, hopefully after a couple weeks your schedule will calm down and you'll have time to balance everything.

Debbie: I hope so!

88

PAGPAPLANO NG BAKASYON - PLANNING A BACKPACKING TRIP (B1)

Janet: Kailangan na nating planuhin ang bakasyon natin!

Carlos: Oo nga! Libre ka ba ngayon?

Janet: Oo. Buksan natin ang laptop pati na ang mga libro natin tungkol sa pagbabakasyon.

Carlos: Sige, magtitimpla muna ako ng kape.

Janet: Mabuti. Tingin ko dapat tayong magsimula sa kung magkano ang gagastusin natin.

Carlos: Tama ka.

Janet: Anong tingin mo sa higit kumulang dalawang daang libong piso?

Carlos: Dalawang daang libong piso? Tayong dalawa na o tig-isa?

Janet: Siyempre sa ating dalawa na!

Carlos: Hay, salamat! Kinabahan ako roon, ah.

Janet: Kung pupunta tayo ng Barcelona, ang tiket sa eroplano ay nasa limampung libong piso kada tao, balikan.

Carlos: Hmm… bale ang matitira sa atin ay isang daang libong piso. Ilang araw ka puwedeng magbakasyon sa trabaho?

Janet: Sampung araw. Ikaw nasa dalawang linggo, 'di ba?

Carlos: Oo.

Janet: Kung kasama ang Sabado't Linggo pati na ang paglipad papunta at paalis, meron tayong halos labindalawang gabi sa Europa.

Carlos: Ayos. Meron tayong isang daang libong piso para sa labindalawang gabi. Anu-anong bansa ang gusto mong bisitahin?

Janet: Kung sa Barcelona tayo pupunta, puwede tayong magtagal sa Espanya. Maliban sa Espanya, gusto ko talagang pumunta sa Italya at Pransya.

Carlos: Eh, sa Portugal? Gusto ko talagang pumunta roon at malapit lang din ito sa Espanya.

Janet: Sa tingin mo kakayanin natin ang apat na bansa sa loob ng labindalawang gabi?

Carlos: Kung gano'n, may dalawa hanggang tatlong gabi tayo kada bansa.

Janet: Sa tingin ko dapat tatlong bansa lang ang bisitahin natin. Para mas mahaba ang oras natin kada lugar.

Carlos: Sige. Kung sa susunod na lang tayo bumisita sa Italya? Gusto ko kasi ng mas mahabang panahon kapag bumisita roon.

Janet: Oo, gustung-gusto ko nga rin pumunta roon pero tama ka. Hay, kung mayaman lang ako at hindi kailangan magtrabaho!

Carlos: 'Di ba? Sa ngayon, ayusin na natin ang listahan ng mga pupuntahan natin...

PLANNING A BACKPACKING TRIP

Janet: We need to start planning our trip!

Carlos: Yes, we do! Do you have time now?

Janet: Yep. Let's sit down with the laptop and our travel books.

Carlos: Okay, I'll make some coffee.

Janet: Great. I think we should start by deciding on a budget.

Carlos: I agree.

Janet: How does $3,500 sound?

Carlos: $3,500 each or for both of us?

Janet: Umm, definitely for both of us!

Carlos: All right, good. I was worried!

Janet: If we fly to Barcelona, the flight will be around $1,000 roundtrip for each ticket.

Carlos: Hmm... so then we will have around $1,500 left. How many days can you take off work?

Janet: Ten days. You can take two weeks off, right?

Carlos: Yeah.

Janet: So, with weekends and the flights there and back we can spend about twelve nights in Europe.

Carlos: Awesome. That means we have $1,500 for twelve nights. What countries do you want to go to?

Janet: Well, we're flying into Barcelona, so we can spend some time in Spain. Aside from Spain, I really want to go to Italy and France.

Carlos: What about Portugal? I really want to go there and it's close to Spain.

Janet: Do you think four countries in twelve nights is too much?

Carlos: Well, we would only be able to spend about two or three nights in each place.

Janet: I think we should just do three countries. Then we could spend a little more time in each country.

Carlos: Okay. What about if we saved Italy for another time? I really want to spend more time there anyway.

Janet: Yeah, I'm dying to go to Italy but I think that's a good idea. If only I were rich and didn't have to work!

Carlos: I know, right? Well, for now let's figure out our itinerary...

89

PAGBILI NG PASALUBONG - BUYING SOUVENIRS (B1)

Danielle: Huwag mong kalimutan, kailangan pa nating bumili ng pasalubong para sa mga kaibigan at pamilya natin.

Kenji: Oo, hindi ko makakalimutan. Puwede bang sa isa o dalawang tindahan na lang tayo mamili? Ayokong magtagal sa pamimili. Dalawang araw na lang ang natitira sa bakasyon natin.

Danielle: Sige, subukan nating pagkasyahin ang dalawang oras sa pamimili ng pasalubong.

Kenji: Okay! Saan tayo pupunta?

Danielle: Doon tayo sa may pamilihan sa bayan. Madaming mga lokal na pagkain at produkto doon. Puwede ka pang tumawad.

Kenji: Puwede ba talagang tumawad? Parang hindi ko kaya!

Danielle: Masyado kang mabait! Kailangan matatag ka. Tapos umalis ka na lang kapag hindi nila binigay ang presyo na gusto mo.

Kenji: Susubukan ko!

Danielle: Ano kayang dapat natin bilhin para kay Sarah?

Kenji: Kung kape kaya? O tsokolate? O pareho na lang?.

Danielle: Ah, oo nga. Mahilig naman siya sa kape.

Kenji: Eh, kay Akihiro?

Danielle: Hmm... ang hirap niya bilhan ng regalo! Lahat na yata meron siya!

Kenji: Tama. Pagkain ang gusto niya. Bilhan na lang natin siya ng mga lokal na pagkain.

Danielle: Tama ka. Sige, pagkain na lang sa kaniya.

Kenji: Eh, 'yung para sa nanay mo?

Danielle: Parang magugustuhan niya ang pangdekorasyon sa bahay niya. Kung painting kaya?

Kenji: Ayos 'yan. Kaya lang, hindi ka ba mahihirapan iuwi 'yun?

Danielle: Oo nga. Kailangan pala 'yung hindi masisira sa mga bagahe natin.

Kenji: Tama. O, tara na!

BUYING SOUVENIRS

Danielle: Remember, we still need to buy some souvenirs for our friends and family.

Kenji: Yep, I haven't forgotten. Can we go to just one or two stores? I don't want to spend too long shopping. We only have two more days left of our vacation.

Danielle: Yeah, let's try to buy everything in two hours.

Kenji: Okay! Where should we go?

Danielle: Let's go to the central market. They have food and local products. And you can bargain there.

Kenji: Can you do the bargaining, though? I'm not good at it!

Danielle: You're too nice! You have to be firmer. And you have to walk away if they don't give you the price you want.

Kenji: I'll try!

Danielle: What should we get Sarah?

Kenji: Maybe some coffee? Or chocolates. Or both.

Danielle: That's a good idea. She loves coffee.

Kenji: What about Akihiro?

Danielle: Hmm... it's so difficult to get presents for him. He already has everything!

Kenji: I know. He likes food. We could get him some local snacks.

Danielle: True. Okay, snacks it is.

Kenji: And how about your mom?

Danielle: I think she would love some kind of art for her house. Maybe a painting or drawing?

Kenji: Good call. But will it be hard to transport it home?

Danielle: Yeah. We need to find something that won't get ruined in our suitcases.

Kenji: Right. Okay, off we go!

90

PAGPAPALIT NG TRABAHO - CAREER CHANGE (B1)

Zara: Parang gusto ko nang umalis sa trabaho ko.

T.J.: Talaga?! Bakit naman? Akala ko gusto mo ang trabaho mo!

Zara: Gusto ko siya noon, pero ngayon parang hindi na.

T.J.: Anong ibig mong sabihin?

Zara: Para kasing ulit-ulit na lang ang ginagawa ko araw-araw. Gusto ko ng mas mahirap nang konti.

T.J.: Ah, oo nga. Tama lang. Maghahanap ka ba ng kaparehong trabaho o gusto mo 'yung talagang iba sa ginagawa mo ngayon?

Zara: Hindi ko pa alam. Gusto ko ang accounting pero parang gusto ko na rin lumipat sa interior design.

T.J.: Seryoso? Wow, ang laking talon no'n, ah. Pero sa tingin ko, magiging magaling ka sa interior design.

Zara: Salamat! Alam mo naman, mahilig na talaga ako roon noon pa. Pero ngayon iniisip ko kung dapat ko na bang gawing propesyon din.

T.J.: Nakakatuwa naman! Anong klase ng interior design naman?

Zara: Hindi ko pa alam. Pero parang gusto ko 'yung pag-aayos ng interior design ng mga kainan.

T.J.: Mukhang masaya nga 'yun. Tingin mo ba pagsasawaan mo rin ang interior design gaya ng accounting?

Zara: Tingin ko hindi. Kasi kailangan lagi kang may bagong ideya, at iba-iba rin ang mga ginagawa mong design!

T.J.: Ah, tama ka. Galingan mo sa bago mong karera!

Zara: Salamat. Babalitaan na lang kita.

CAREER CHANGE

Zara: I think I'm going to quit my job.

T.J.: Really?! Why? I thought you loved your job!

Zara: I used to love it, but I've gotten kind of bored.

T.J.: What do you mean?

Zara: I feel like I do the same thing every day. I want something a little more challenging.

T.J.: I see. That makes sense. Are you going to look for a job in the same field or in a totally different field?

Zara: I don't know. I like accounting but I'm actually thinking of getting into interior design.

T.J.: Really?! Wow, that would be a big change. I think you'd be so good at interior design, though.

Zara: Thanks! As you know, I've always been interested in it as a hobby. But I've been thinking about pursuing it as a career.

T.J.: This is such interesting news! Any ideas about what kind of interior design?

Zara: I'm not sure yet. I'd love to help design restaurants though.

T.J.: Oh, that would be fun. Do you think you'd get bored with interior design like you have with accounting?

Zara: I don't think so. It requires creativity, and you're always designing something different.

T.J.: Yeah, that makes sense. Well, good luck on this new journey!

Zara: Thanks! I'll keep you updated.

91

PAGPAPLANO NG ISANG RETIREMENT PARTY

-

PLANNING A RETIREMENT PARTY (B1)

Trish: Hi, Garrett. Dapat na nating pagplanuhan ang retirement party ni Bill. Isang buwan na lang, huling araw na niya rito.

Garrett: Oo nga, pag-usapan na natin. Libre ka ba ngayon?

Trish: Oo. Kukuha lang ako ng panulat at papel para mailista ko lahat ng kailangan.

Garrett: Sige.

Trish: Ano sa tingin mo, gagawin ba natin ang party sa opisina o sa ibang lugar tulad ng restawran?

Garrett: Parang masyadong maliit ang opisina natin. At saka dalawampu't limang taon na siya nandito. Dapat lang na sa labas ng opisina natin gawin.

Trish: Tama. Sa tingin ko magugustuhan ng lahat iyan. At saka para rin makapunta ang pamilya ni Bill kung gusto nila.

Garrett: Oo nga.

Trish: Balita ko ayos daw sa Hearth, isang bagong kainan. Narinig mo na ba 'yun?

Garrett: Oo nabalitaan ko rin! Gusto ko ngang subukan.

Trish: Ako rin. Meron silang isang kwarto sa likod ng restawran para sa mga pagdiriwang. Tingnan natin sa internet kung magkano.

Garrett: Okay.

Trish: O, hindi naman pala gano'n kamahal. Labin limang libong piso para sa tatlong oras na party.

Garrett: Ayos na 'yun para sa isang sosyal na kainan.

Trish: Oo nga. Hmm... anong araw natin gagawin ang party?

Garrett: Kung sa Biyernes, Agosto 5?

Trish: Magandang ideya.

Garrett: Ayos! Kasama na kaya ang pagkain sa babayaran?

Trish: Tingin ko mga pampagana at inumin ang kasama.

Garrett: Sige, ililista ko na lang ang mga dapat itanong sa restawran. Ikaw na ba ang bahala sa pagtatanong sa mga tao kung makakapunta sila?

Trish: Sige ba!

PLANNING A RETIREMENT PARTY

Trish: Hey, Garrett. We should start planning Bill's retirement party. His last day is a month from today.

Garrett: Yes, let's talk about it! Do you have a few minutes now?

Trish: Yeah. Let me go get a pen and paper so I can take some notes.

Garrett: Okay.

Trish: So, what do you think? Should we have the party at the office or somewhere else, like a restaurant?

Garrett: I think the office is too small. And he's been here twenty-five years. I feel like that calls for an out-of-the-office celebration.

Trish: I agree. I think that would be more enjoyable for everyone. And that way Bill's family can come if they want.

Garrett: Yep.

Trish: I've heard great things around that new restaurant Hearth. Have you heard of it?

Garrett: Yeah, I have! I've been meaning to try it.

Trish: Me too. They have a room in the back that you can reserve for events. Let's look online and see how much it is.

Garrett: Okay.

Trish: Oh, the price isn't that bad. It's $300 for a three-hour event.

Garrett: That sounds good for such a nice restaurant.

Trish: Yeah. Hmm... what day should we have the party?

Garrett: What about Friday, August 5?

Trish: I think that's perfect.

Garrett: Great! Does the restaurant provide food?

Trish: They probably provide some drinks and appetizers.

Garrett: All right, I'll write down some questions to ask the restaurant. Do you want to ask everyone if they can make it that day?

Trish: Sure!

92

NAWAWALA ANG BAGAHE KO - MY SUITCASE DIDN'T SHOW UP (B1)

Rina: Hi. Tatlumpung minuto na akong naghihintay sa bagahe ko pero hindi pa rin ito lumilitaw.

Quentin: Ano po ang inyong flight number?

Rina: LK145.

Quentin: Sige po, titingnan ko lang po rito. Hmm... dapat lahat po ng bagahe ay nailabas na. Natingnan n'yo na po ang mga bagahe sa tapat ng opisinang ito?

Rina: Oo.

Quentin: Okay po, pasensiya na po kayo sa abala. Kung maaari lamang po ay pakisagutan ang form na ito para sa mga nawawalang bagahe. Baka po naisakay sa ibang eroplano ang bagahe n'yo, o kaya naman ay hindi talaga nakarating dito sa Denver.

Rina: Ugh, sige. Mga ilang araw kaya bago ko makuha ang bagahe ko?

Quentin: Posible pong dumating mamayang gabi, o kaya naman po bukas. Tingin ko po ay bukas pa po ng hapon darating ang bagahe n'yo.

Rina: Meron akong mga importanteng dokumento sa bagaheng iyon. Hindi nakakatuwa ito.

Quentin: Pasensiya na po kayo talaga, ma'am. Gagawin po namin ang lahat para maibalik po namin sa inyo ang bagahe n'yo sa lalong madaling panahon.

Rina: Salamat. Kailangan ko pa bang bumalik sa paliparan para makuha ang bagahe ko?

Quentin: Puwede po naming dalhin ito sa bahay ninyo basta po may tao roon.

Rina: Nasa bahay ako mamayang gabi at ang asawa ko naman ay naroon din bukas.

Quentin: Sige po. Kung wala pong tao, ibabalik po ito rito sa paliparan at pwede n'yo na pong kunin. Kung hindi naman po, ipapadala na lang ulit namin ito kinabukasan.

Rina: Panigurado namang may tao sa bahay.

Quentin: Okay po. Pasensiya na po ulit kayo dahil nahuli ang bagahe n'yo. Ingat po kayo.

Rina: Salamat. Ikaw din.

MY SUITCASE DIDN'T SHOW UP

Rina: Hi. I've been waiting for thirty minutes and my suitcase still hasn't come out.

Quentin: What was your flight number?

Rina: LK145.

Quentin: OKAY, let me look that up. Hmm... yes, all of the bags should be out. Have you checked the luggage in front of this office?

Rina: Yes.

Quentin: Okay, I apologize for the inconvenience. Please fill out this missing bag report. Your bag was either put on a later flight, or it never made it on the flight from Denver.

Rina: Ugh. I see. How many days do you think it'll take to get here?

Quentin: It may get here as early as this evening, but it's possible it could get here tomorrow. I think it should arrive by the end of the day tomorrow.

Rina: I have some important documents for work in that bag. I'm not very happy about this.

Quentin: Again, I'm sorry for the inconvenience, ma'am. We'll do everything we can to get your bag back to you as soon as possible.

Rina: Thanks. Do I have to come back to the airport to pick it up?

Quentin: We can deliver it to your address if someone will be home.

Rina: I'll be home tonight and my husband will be home tomorrow.

Quentin: Perfect. If no one is home, we'll bring it back to the airport and you can pick it up here. Or we can try to deliver it again the next day.

Rina: Someone should be home.

Quentin: Sounds good. Again, I apologize that your bag has been delayed. Have a good day.

Rina: Thanks. Same to you.

93

MGA NAKASANAYANG GAWI SA PAGBIBIGAY NG TIP - TIPPING CUSTOMS (B1)

Jakob: Hindi pa rin ako sanay sa pagti-tip dito. Bihira kaming mag-tip sa Denmark.

Ella: Talaga?

Jakob: Oo. Sa Denmark, kasama na ang tip sa babayaran mo. Puwede ka pa ring mag-tip, pero hindi kailangan.

Ella: Ah, gano'n ba? Sana kasama na rin ang tip sa babayaran dito, parang VAT. Hindi ako magaling sa math at matagal akong magsuma kung magkano dapat ang tip!

Jakob: Haha, talaga? Gamitin mo na lang ang calculator sa telepono mo.

Ella: Oo nga. Minsan madali, pero humihirap kapag tatlo o apat kayong maghahati-hati sa babayaran.

Jakob: Totoo naman.

Ella: Normal lang ba ang pagti-tip sa Europa?

Jakob: Depende kung nasaan ka at ano ang serbisyong kinuha mo. Pero madalas, hindi naman kailangan. Kung hindi ka sigurado kung magkano dapat ang tip, magbibigay ka lang ng mga sampung porsyento ng kabuuan ng binayaran mo. Kung hindi ka naman natuwa sa serbisyo nila, puwedeng huwag ka nang magbigay ng kahit magkano.

Ella: Mukhang mas madali 'yun.

Jakob: Oo, sa Iceland at Switzerland nga hindi mo talaga kailangan magbigay ng tip.

Ella: Ang galing naman.

Jakob: At sa Germany, kailangan mong sabihin kung magkano ang dapat kunin ng waiter kapag nagbabayad ka. Kapag benteng euro ang dapat mong bayaran at gusto mo siyang bigyan ng dalawang euro, kapag iniabot mo ang dalawampu't limang euro sabihin mo, "dalawampu't dalawang euro lang". Susuklian ka niya ng tatlong euro.

Ella: Ah, gano'n ba? Wow, ang dami mong alam tungkol sa pagbibigay ng tip, ha!

Jakob: Haha! Marami na rin kasi akong napuntuhan.

Ella: Swerte mo!

TIPPING CUSTOMS

Jakob: I still can't get used to tipping here. We rarely tip in Denmark.

Ella: Really?

Jakob: Yeah. In Denmark service charges are included in the bill. You can tip, but you don't have to.

Ella: Oh, I see. I wish tipping was included in the bill here, like sales tax. I'm not good at math and it takes me forever to calculate the tip!

Jakob: Ha ha, really? You can just use the calculator on your phone.

Ella: I know. Sometimes it's easy, but it's harder when you're splitting the bill with three or four people.

Jakob: True.

Ella: Is tipping common in Europe?

Jakob: It depends on where you are and what kind of service you're getting. It's mostly optional. If you're not sure how much to tip, you should tip around 10 percent. But if the service is bad, you don't have to tip anything.

Ella: That sounds much easier.

Jakob: Yeah, and in Iceland and Switzerland you don't need to tip at all.

Ella: That's good to know.

Jakob: And in Germany you should tell the server how much to charge you when you're paying the bill. So, if your bill is twenty euros and you want to tip two euros, you hand him, say, twenty-five euros, and you tell him "twenty-two euros." Then, he will give you three euros back.

Ella: I see. Wow, you know a lot about tipping!

Jakob: Ha ha. Well, I've kind of traveled a lot.

Ella: Lucky guy!

94

PAMAMASYAL SA MUSEO -
TRIP TO THE ART MUSEUM (B1)

Lisa: Nandito na kami! Gusto ko nang makita ang exhibit. Mahilig talaga ako sa mga larawan ng Hapon noong ika-labingwalong siglo.

Mark: Paano mo nadiskubre ang sining ng mga Hapon?

Lisa: Meron akong klase tungkol sa kasaysayan ng sining noong kolehiyo at namangha talaga ako sa sining ng mga Hapon, lalo na 'yung galing sa ika-labingwalong siglo. Merong istilo na tinatawag na Ukiyo-e at sobrang astig nito.

Mark: Ang galing! Puwede mo siguro akong turuan pa tungkol dito.

Lisa: Sige ba!

Mark: Dito ang pasukan papuntang exhibit.

Lisa: Yehey!

Mark: Tingnan mo ang larawan na ito. Ang gaganda ng kulay.

Lisa: Oo, gusto ko rin ang matitingkad na kulay ng mga larawan na Ukiyo-e.

Mark: Bakit parang magkakamukha silang lahat?

Lisa: 'Yan kasi ang istilo noon.

Mark: Ang dami ring larawan ng mga geisha.

Lisa: Oo, marami talagang nagpipinta ng geisha noon.

Mark: Ang gaganda rin ng mga larawan ng kalikasan.

Lisa: 'Di ba? Gusto ko din yung mga larawan na 'yan noong panahong iyon. Ikaw ba, ano ang mga hilig mo pagdating sa sining?

Mark: Uhm, hindi ko alam. Hindi ko pa masyadong napag-isipan 'yan. Pero mahilig ako sa potograpiya.

Lisa: Talaga? Anong klase ng potograpiya?

Mark: 'Yung mga walang kulay, litrato ng tao...

Lisa: Ayos, ah. Mahilig ka rin bang kumuha ng litrato?

Mark: Minsan! Pero hindi ako magaling. Gusto ko ngang mag-aral talaga, tapos mag-ipon din sana para sa magandang kamera.

Lisa: Ayos 'yan! Gawin mo na.

Mark: Pinag-iisipan ko nga, eh.

Lisa: Gusto mo na bang umakyat sa ikalawang palapag para sa susunod na exhibit?

Mark: Tara!

TRIP TO THE ART MUSEUM

Lisa: We're here! I'm excited to see this exhibit. I've always liked eighteenth-century Japanese paintings.

Mark: How did you discover Japanese art?

Lisa: I took an art history class in college and I've been drawn to Japanese art ever since, especially from the eighteenth century. There's a style called Ukiyo-e that's very cool.

Mark: Interesting. Well, maybe you can teach me about it!

Lisa: I'd love to!

Mark: Here is the entrance to the exhibit.

Lisa: Yay!

Mark: Oh, look at this painting here. The colors are awesome.

Lisa: Yeah, I love the bright colors of Ukiyo-e paintings.

Mark: Why do all the paintings look so similar?

Lisa: That was the style back then.

Mark: And there are so many paintings of geishas.

Lisa: Yeah, that was a popular subject.

Mark: The landscape paintings are really cool, too.

Lisa: Aren't they? I love the landscapes from that period. So, what kind of art do you like?

Mark: Umm, I don't know. I've never really thought about it. I like photography.

Lisa: Really? What kind of photography?

Mark: Black and white photos, portraits...

Lisa: Interesting. Do you take pictures?

Mark: Sometimes! I'm not very good. I'd like to take a class, actually, and eventually I want to invest in a nice camera.

Lisa: That would be great! You should.

Mark: I'm thinking about it.

Lisa: Should we go see the exhibit on the second floor now?

Mark: Sure!

95

WALANG KURYENTE - POWER OUTAGE (B1)

Elizabeth: Nawalan yata ng kuryente.

Jung-woo: Talaga? Akala ko pinatay mo lang ang ilaw.

Elizabeth: Hindi. Subukan mo ngang buksan ang ilaw sa banyo.

Jung-woo: Ayaw gumana.

Elizabeth: Eh 'yung ilaw sa kwarto?

Jung-woo: Hindi rin gumagana.

Elizabeth: Hmm, sige.

Jung-woo: Ay, meron na akong natanggap na text mula sa kumpanya ng kuryente. Ang sabi nila, tatagal daw ang pagkawala ng kuryente sa loob ng isang oras.

Elizabeth: Ugh, sige na nga. Hindi na rin masama. Sindihan na natin ang mga kandila!

Jung-woo: Buti na lang madami tayong mga kandila. Puwede pa tayong magkaroon ng romantikong hapunan.

Elizabeth: Haha! Oo nga no! Ay, nag-text si John. Wala rin daw kuryente sa kanila.

Jung-woo: Ah, talaga?

Elizabeth: Oo. Nakakapagtaka. Limang kilometro ang layo niya sa atin!

Jung-woo: Paano kaya nangyari 'yun?

Elizabeth: Hindi ko rin alam. Pero handa na ang hapunan! Magsindi pa tayo ng mas maraming kandila para makita natin ang kinakain natin.

Jung-woo: Tama! Baka mamaya kung ano pa ang bumulaga sa atin ngayong gabi.

Elizabeth: O, may text ulit ang kumpanya ng kuryente. Ang sabi, nawalan daw ng kuryente dahil sa mga lobong tumama sa poste.

Jung-woo: Ah, talaga?

Elizabeth: Tapos baka mga dalawang oras na raw ang itatagal ng pagkawala ng kuryente.

Jung-woo: Wow. Dapat yata may romantikong panghimagas din tayong ihanda!

Elizabeth: Oo nga!

POWER OUTAGE

Elizabeth: I think the power just went out.

Jung-woo: Really? I thought you just turned out the lights.

Elizabeth: No. Try turning on the bathroom light.

Jung-woo: It isn't working.

Elizabeth: What about the bedroom light?

Jung-woo: Nope. That's not working either.

Elizabeth: Hmm, okay.

Jung-woo: Oh, I just got a text from the electric company. It says that the power will be out for an hour.

Elizabeth: Ugh, all right. That's not too bad. It's time to light the candles!

Jung-woo: It's good that we have a lot of candles. We can have a romantic dinner!

Elizabeth: Ha ha. Yes we can! Oh, John just texted me. He said the power is out at his house, too.

Jung-woo: Oh, really?

Elizabeth: Yeah. I'm surprised. He lives three miles away!

Jung-woo: I wonder what happened.

Elizabeth: I don't know. But dinner is ready! Let's put a couple more candles on the table so we can see what we're eating.

Jung-woo: Good idea! We don't need any more surprises tonight.

Elizabeth: Oh, I just got a text from the electric company. It says the power outage was caused by balloons touching the power lines.

Jung-woo: Oh really?

Elizabeth: It also says the power will be out for at least two hours.

Jung-woo: Wow. I guess we will have a romantic dessert too!

Elizabeth: Yep, I guess so!

96

GAANO KA KADALAS GUMAMIT NG SOCIAL MEDIA? - HOW OFTEN DO YOU USE SOCIAL MEDIA? (B1)

Martina: Hi, Julian!

Julian: Hi, Martina!

Martina: Anong ginagawa mo?

Julian: Wala, tumitingin lang sa social media.

Martina: Gaano ka kadalas gumamit ng social media?

Julian: Ay, hindi ko alam. Siguro dalawa hanggang tatlong oras kada araw? Ikaw ba?

Martina: Parang pareho lang tayo.

Julian: Sayang sa oras!

Martina: Tingin mo? Minsan sayang sa oras, pero minsan naman may napapala rin ang mga tao.

Julian: Anong ibig mong sabihin?

Martina: Eh, kasi tingin ko nagagamit din natin ang social media para makipag-usap sa mga kaibigan at pamilya. Nakakasagap din tayo ng balita rito, at madami tayong nalalaman tungkol sa ibang bansa at kultura nila.

Julian: Sang-ayon ako sa nagiging mas konektado tayo sa tao at nakakasagap tayo ng kasalukuyang balita dahil dito. Pero paano tayo nito natutulungan na makita ang iba't ibang kultura?

Martina: Marami kasi akong sinusundan na travel photographer at mga manunulat mula sa iba't ibang bansa, kaya natutunan ko ang iba't ibang lugar mula sa mga litrato at sinusulat nila.

Julian: Ah, gano'n ba? Maganda nga 'yan. Sa tingin ko, marami namang benepisyo ang paggamit ng social media, pero puwede pa rin itong maging masama. Maraming mga tao ngayon ang naglalagay lang ng mga magagandang litrato para ipakitang perpekto ang buhay nila, pero wala naman talagang perpektong buhay. Minsan kapag nakita 'yun ng iba, nalulungkot sila sa sarili nilang estado.

Martina: Tama ka riyan. Puwede ka rin talagang gawing inscure at selosa ng social media. Katulad ng maraming bagay, maganda ang social media basta't hinay-hinay lang!

HOW OFTEN DO YOU USE SOCIAL MEDIA?

Martina: Hey, Julian.

Julian: Hey, Martina!

Martina: What are you doing?

Julian: Just scrolling through my social media feeds.

Martina: How often do you use social media?

Julian: Oh, I don't know. Maybe two or three hours a day? What about you?

Martina: Probably about the same.

Julian: It's such a waste of time!

Martina: You think? Sometimes I think it's a waste of time, but other times I think it's really valuable to people.

Julian: What do you mean?

Martina: Well, I think social media is a convenient way to keep in touch with friends and family, it gives us a way to follow the news, and it enables us to learn about other countries and cultures.

Julian: Yeah, I agree that it helps us stay connected with people and make sure we're up-to-date on current events. But how does it help us learn about other cultures?

Martina: I follow a lot of travel photographers and writers from other countries, so I can learn about different places from their photos and captions.

Julian: Oh, I see. Yeah, that's a good thing. I think social media has a lot of benefits, but I think it can also be harmful. Many people post photos that make their lives look amazing, but no one has a perfect life. And seeing those photos can make some people feel bad about their own lives.

Martina: I totally agree with that. Social media can definitely make people insecure and jealous. Like most things, social media is good in moderation!

97

PAGHAHANDA PARA SA INTERBYU SA TRABAHO - PREPARING FOR A JOB INTERVIEW (B1)

Allie: Meron akong interbyu para sa trabaho sa susunod na linggo at kinakabahan na ako!

Nathan: Ah, talaga? Para sa anong trabaho?

Allie: Para sa posisyon ng manager sa isang tindahan ng mga damit.

Nathan: Wow, manager! Ayos 'yan. Ang tagal mo na sa pagtitinda, oras na talaga para sa susunod na hakbang!

Allie: Oo nga. Handa na ako para sa bagong hamon. At siyempre, sa mas mataas na sweldo.

Nathan: Haha, oo nga naman! Paano mo pala nalaman ang trabahong ito?

Allie: Sa internet. Ilang linggo na rin kasi akong naghahanap ng trabaho. Nakita ko ang trabaho na ito noong nakaraang linggo at pinadala ko ang aking resume at sulat. Binalikan nila ako pagkatapos ng dalawang araw.

Nathan: Ang bilis! Nakakamangha talaga siguro ang resume mo.

Allie: Aww, salamat. Nagtrabaho talaga ako nang husto!

Nathan: Ano sa tingin mo ang mga itatanong nila sa iyo?

Allie: Siguro 'yung karanasan ko sa customer service, saan ako nahirapan at kung paano ko sila nalagpasan. Baka bigyan din nila ako ng mga sitwasyon tapos kailangan kong sagutin ano ang gagawin ko sa bawat isa. Puro ganyan ang ine-ensayo kong sagot.

Nathan: Ayos. Sigurado naman papasa ka.

Allie: Hindi ko alam. Lagi akong kinakabahan pagdating sa mga interbyu.

Nathan: Normal lang 'yan. Maniwala ka lang na kaya mo! Isipin mo natanggap ka na agad.

Allie: Haha, oo nga. Gagawin ko 'yan!

Nathan: Balitaan mo ako!

Allie: Sige!

PREPARING FOR A JOB INTERVIEW

Allie: I have a job interview next week and I'm so nervous!

Nathan: Oh really? What's the interview for?

Allie: It's for a manager position at a clothing store.

Nathan: Oh wow, manager! Good for you. You've been working in retail for so long; it's definitely time for the next step!

Allie: Yeah, I think so. I'm ready for a new challenge. And a higher salary.

Nathan: Ha ha, that would be nice too! So how did you find out about this job?

Allie: Online. I've only been looking at jobs for a couple weeks. I found this job posting last week and sent them my resume and cover letter. They got back to me two days later.

Nathan: That's pretty quick! You do have an impressive resume.

Allie: Aww, thanks. I've worked hard!

Nathan: So, what do you think they're going to ask you?

Allie: Probably about my experience working in customer service, difficulties I've encountered on the job and how I've overcome them. They may give me a couple scenarios and then have me tell them what I would do. I've been practicing all of those answers.

Nathan: That's good. I think you'll do great.

Allie: I don't know. I get really nervous in interviews.

Nathan: That's normal. You just have to believe in yourself! Imagine that you already have the job.

Allie: He-he, okay. I'll do that!

Nathan: Let me know how the interview goes!

Allie: I will!

98

PAGPUNTA SA MGA NAGDA-DRY CLEAN - TRIP TO THE DRY CLEANERS (B1)

Alice: Magandang umaga. Kumusta?

Shuo wen: Ayos naman, salamat. Ikaw?

Alice: Mabuti rin. Salamat sa pagtatanong.

Shuo wen: Gusto ko sanang iwan ang mga ito.

Alice: Okay. Puwede mo bang ibigay ang numero mo sa telepono para mahanap ko ang rekord mo sa kompyuter namin?

Shuo wen: Unang beses ko pa lang dito.

Alice: Ah, sige. Puwedeng mahingi ang iyong numero sa telepono at saka buong pangalan?

Shuo wen: Oo. Shuo wen ang pangalan ko at Chen naman ang apelyido.

Alice: Paano isinusulat ang pangalan mo?

Shuo wen: "S" parang "sapatos", "h" parang "hayop", "u" parang "umaga", "o" parang "oso" tapos "w" parang "walis", "e" parang "elepante" at "n" parang "nanay".

Alice: Salamat.

Shuo wen: Merong mantsa ng wine dito. Maaalis pa kaya ito?

Alice: Gagawin namin ang lahat. Salamat sa pagsabi.

Shuo wen: Gumagamit din ba kayo ng mga matatapang na kemikal dito?

Alice: Hindi, kilala kami sa hindi paggamit ng mga bagay na makakasira sa kalikasan.

Shuo wen: Kaya siguro mas mahal sa inyo kaysa sa iba?

Alice: Tama. Gusto naming protektahan ang kalikasan habang pinoprotektahan ang mga kalusugan ninyo.

Shuo wen: Ah, ang galing.

Alice: Heto ang iyong resibo. Puwede mo nang kunin ito sa Biyernes, mga ala-una ng hapon.

Shuo wen: Ayos, salamat!

Alice: Salamat din! Ingat.

TRIP TO THE DRY CLEANERS

Alice: Good morning. How are you?

Shuo wen: I'm good, thanks. How are you?

Alice: I'm good. Thanks for asking.

Shuo wen: I would like to drop these off.

Alice: Okay. Could you tell me your phone number so I can look up your account in our system?

Shuo wen: This is my first time here.

Alice: I see. Can I have your phone number and your first and last name?

Shuo wen: Yes. My first name is Shuo wen and my last name is Chen.

Alice: How do you spell your first name?

Shuo wen: "S" as in "snake," "h" as in "happy," "u" as in "under," "o" as in "octopus," and then "w" as in "water," "e" as in elephant, and "n" as in "Nebraska."

Alice: Thank you.

Shuo wen: There is a wine stain here. Do you think you can get that out?

Alice: We'll try our best, as always. Thank you for pointing that out.

Shuo wen: And do you guys use harsh chemicals at this dry cleaner?

Alice: No, we pride ourselves on being environmentally friendly here.

Shuo wen: Is that why you're a little more expensive than other places?

Alice: Yes, exactly. We want to protect the environment and our customers' health.

Shuo wen: I see. That's good.

Alice: Here is your receipt. These will be ready on Friday after 1 p.m.

Shuo wen: Great, thank you!

Alice: Thanks! Have a nice day.

PABORITONG PANAHON - FAVORITE KIND OF WEATHER (B1)

Amanda: Sobrang lamig!

Robert: Gusto ko nga ito, eh.

Amanda: Talaga? Anong sinasabi mo riyan? Sobrang lamig kaya!

Robert: Para sa akin hindi. Ito nga ang paborito kong panahon.

Amanda: Kakaiba ka talaga.

Robert: Ikaw? Gusto mo lang yata 'yung napaka-init na panahon, eh.

Amanda: Haha! Gusto ko lang ang tag-init pero hindi ang sobrang init na panahon.

Robert: Masaya ka tuwing tag-init, pero para sa akin hindi ko kayang tiisin 'yun.

Amanda: Sa Siberia ka na lang kaya tumira?

Robert: Kung puwede lang! Kaya lang baka magsawa ako agad. At saka hindi ako sanay mag-Russian!

Amanda: Oo, problema nga 'yun.

Robert: Ikaw naman dapat lumipat sa Death Valley.

Amanda: Saan naman 'yun?

Robert: Sa California.

Amanda: Sa pangalan pa lang, parang hindi na maganda tumira roon.

Robert: Hindi nga. Pero mainit doon, kaya magugustuhan mo.

Amanda: Hindi pa rin maganda pakinggan.

Robert: Ayos lang 'yung mainit, eh, pero hindi ko kaya 'yung init na malagkit sa pakiramdam.

Amanda: Ako rin naman, kaya kong tiisin nang kaunti ang ganyang klase ng init, pero hindi sobra.

Robert: Naalala mo noong nagpunta tayo sa Florida noong isang taon? Grabe ang lagkit sa init noon.

Amanda: Grabe. Wala pa akong nararanasan na gano'ng klase ng init!

Robert: Totoo! Ni hindi ka puwede lumabas kahit ilang minuto lang.

Amanda: Tama.

Robert: Buti na lang at Disyembre pa lang. Meron pa tayong ilang buwan ng malamig na panahon.

Amanda: Ugh, sana mag tagsibol na!

FAVORITE KIND OF WEATHER

Amanda: It's so cold!

Robert: I love it.

Amanda: Really? What are you talking about? It's freezing!

Robert: Not for me. This is my favorite kind of weather.

Amanda: You're weird.

Robert: What about you? You only like scorching weather.

Amanda: Ha ha, I like warm weather but not *scorching* weather.

Robert: You're so happy in the summer, but for me it's unbearable.

Amanda: You should move to Siberia.

Robert: I would love that! Except I'd probably get bored. And I don't speak Russian.

Amanda: Yeah, that might be a problem.

Robert: You should move to Death Valley.

Amanda: Where is that?

Robert: In California.

Amanda: That doesn't sound like a fun place to live.

Robert: No, it doesn't. But it's hot there, so you'd like it.

Amanda: It still doesn't sound very appealing.

Robert: Dry heat is okay, but I can't stand humidity.

Amanda: Yeah, I can handle a little humidity, but not a lot.

Robert: Do you remember when we went to Florida last year? It was so humid.

Amanda: Oh my gosh. I've never experienced anything like that!

Robert: I know! You couldn't even stay outside for more than a few minutes.

Amanda: Exactly.

Robert: Well, I'm glad it's only December. We get a couple more months of cold weather.

Amanda: Ugh, I can't wait for it to be spring!

100

PAGLALABA -
DOING LAUNDRY (B1)

Ajay: Kailangang maturuan ka na namin kung paano maglaba bago ka pa umalis para sa kolehiyo! Hindi ako makapaniwala na disisyete ka na pero hindi ka pa rin sanay maglaba nang maayos.

Nisha: Sanay po ako maglaba.

Ajay: Oo, pero hindi maayos! Ang dami mo nang nasirang damit!

Nisha: Konti lang kaya.

Ajay: Oo, konting damit *ko* lang. Naaalala mo 'yung damit ko na nilagay mo sa washing machine na puti pero pagkalabas, kulay rosas na?

Nisha: Maganda pa rin naman kahit kulay rosas!

Ajay: Hindi ko gusto ng t-shirt na gano'ng kulay!

Nisha: Okay, pasensiya na po.

Ajay: Ayos na. Nalagpasan ko na ang bangungot na 'yun. Pero ayokong may masira ka pang damit pagdating mo sa kolehiyo.

Nisha: Ako rin naman po. Sige, kailan mo na ako tuturuan maglaba?

Ajay: Libre ka ba ngayon?

Nisha: Opo.

Ajay: Okay. Una, kailangan mong paghiwalayin ang puti sa dekolor.

Nisha: Ano 'yung kasama sa "puti" at "dekolor"?

Ajay: Kapag sinabing puti, puwede mong isama rito ang mga mapupusyaw na kulay. Ang mga dekolor naman ay ang mga may matitingkad at buong kulay.

Nisha: Ah, gano'n po ba? Gaano kainit dapat ang tubig?

Ajay: Para sa mga dekolor, mas maganda na malamig na tubig ang gamitin. Sa mga mapupusyaw na kulay, maligamgam o mainit naman.

Nisha: Gaano ko sila katagal lalabhan?

Ajay: Una, piliin mo muna ang temperatura ng tubig at saka mo pindutin ito. Tapos piliin mo anong klase ng laba. Ako madalas kong piliin ang "regular". Tapos pindutin mo na ang "start". Gano'n kadali.

Nisha: Aba, madali nga. Parang kaya ko 'yan.

Ajay: Kaya mo nga 'yan! Pagdating mo sa kolehiyo, sanay ka na maglaba ng sarili mong damit!

Nisha: Haha! Maraming salamat sa tiwala, Pa!

DOING LAUNDRY

Ajay: We need to teach you how to do laundry before you go away to college! I can't believe you're already seventeen and you haven't learned how to do laundry properly.

Nisha: I know how to do laundry.

Ajay: Yes, but not well! You've ruined so many clothes!

Nisha: Only a few things.

Ajay: Yeah, a few of *my* things! Remember my shirt that went into the washing machine white and came out pink?

Nisha: It looked good pink!

Ajay: I didn't want a pink shirt!

Nisha: Okay. I'm sorry about that.

Ajay: It's fine. I've recovered from that trauma. But I don't want you to ruin any more clothes in college.

Nisha: Me neither. All right, so when is our laundry lesson?

Ajay: Do you have some time now?

Nisha: Sure.

Ajay: Okay. So, first you need to separate the dark clothes from the light clothes.

Nisha: What is "light" and what is "dark"?

Ajay: Light colors are white, beige, grey, light blue... things like that. Dark clothes are black, brown, dark grey, and bright colors.

Nisha: I see. How hot should the water be?

Ajay: For dark clothes, I recommend cold water. For light colors, you can use warm or hot water.

Nisha: And how long do I wash them for?

Ajay: Well, first you choose the water temperature and push this button. Then you choose the type of wash. I usually go with "regular." Then you push the "start" button. It's that easy.

Nisha: Oh, that is easy. I think I can do that.

Ajay: I think you can too! If you get into college, you can wash your own clothes!

Nisha: Ha ha. Thanks for believing in me, Dad!

101

ANG THANKSGIVING NOONG NAKARAANG TAON - LAST YEAR'S THANKSGIVING (B1)

Caitlin: Hi, Grant! Anong plano mo para sa Thanksgiving ngayong taon?

Grant: Pupunta ako sa bahay ng pinsan ko. Nandoon ang magulang ko, mga lolo't lola ko, tita, tito at tatlong pinsan.

Caitlin: O, wow! Malaking handaan 'yun, ah.

Grant: Oo nga, eh! Ikaw? Anong plano mo sa Thanksgiving?

Caitlin: May trabaho ako sa Thanksgiving. Nakakainis!

Grant: Hala! Ang hirap naman niyan!

Caitlin: Oo, ito talaga ang hirap kapag nagtatatrabaho ka sa industriya ng kainan. Pero mas malaki naman ang bayad, kaya puwede na rin.

Grant: Oo nga, ayos na rin 'yun. Ano ba kadalasang ginagawa mo kapag Thanksgiving?

Caitlin: Nagpupunta kami sa bahay ng magulang ko at doon naghahapunan.

Grant: Anong inihahanda n'yo?

Caitlin: Turkey na may palaman at pumpkin pie— mga kadalasang pagkain tuwing Thanksgiving. Laging masarap ang hapunan namin. Marami kasing magaling magluto sa amin.

Grant: Wow, ayos!

Caitlin: Oo. Masarap ang mashed potato na niluto ko noong isang taon. Masaya nga ako sa kinalabasan, eh! Hindi kasi talaga ako magaling magluto.

Grant: Ako rin hindi! Gusto ko lang talaga kumain.

Caitlin: Ako rin! Naglalaro rin kami ng baraha ng pamilya ko. Parang tradisyon na tuwing Thanksgiving. Noong nakaraang taon tatlong oras kami naglaro pagkatapos ng hapunan!

Grant: Wow! Buti hindi kayo agad nakakatulog pagkatapos kumain. Ako madalas nakakatulog pagkatapos ng hapunan sa Thanksgiving.

Caitlin: Oo nga. Ako rin nagulat! Masyado kasi kaming nakatutok sa laro!

Grant: Aww, ang saya naman. Hay, sana makasama mo ang pamilya mo sa susunod na Thanksgiving.

Caitlin: Sana nga.

LAST YEAR'S THANKSGIVING

Caitlin: Hey, Grant. What are you doing for Thanksgiving this year?

Grant: I'm going to my cousin's house. My parents, grandparents, my aunt and uncle, and three of my cousins will be there.

Caitlin: Oh, wow! That's a pretty big gathering.

Grant: Yeah it is! What are you doing for Thanksgiving?

Caitlin: I have to work on Thanksgiving! I'm so bummed!

Grant: Oh no! That's terrible!

Caitlin: Yeah, that's one of the downsides of working in the restaurant industry. But I get paid more, so that's good.

Grant: That kind of makes up for it, I guess. What do you usually do for Thanksgiving?

Caitlin: We usually go to my parents' house and have dinner.

Grant: What do you guys usually eat?

Caitlin: Turkey and stuffing and pumpkin pie—all the usual Thanksgiving food. It's always delicious; we have a lot of great cooks in my family.

Grant: Oh, awesome!

Caitlin: Yeah. I made some pretty good mashed potatoes last year; I was proud of myself! I'm not a good cook.

Grant: Me neither! I love to eat, though.

Caitlin: Me too! My family always plays cards together too. It's kind of a Thanksgiving tradition for us. Last year we played for three hours after dinner!

Grant: Oh wow! I'm surprised you guys didn't fall asleep after dinner! I always pass out after dinner on Thanksgiving.

Caitlin: I know. I'm surprised too! We were so into the game!

Grant: Aww, that's cool. Well, I hope you can spend Thanksgiving with your family next year.

Caitlin: I do too.

102

MASAMA ANG PAKIRAMDAM - NOT FEELING WELL (B1)

Elina: Hi, Gerry! Dito muna ako sa bahay ngayong araw. Masama ang pakiramdam ko.

Gerry: Hala, anong nangyari?

Elina: Masakit ang ulo ko at nahihilo. Para nga akong masusuka.

Gerry: Sa nakain mo kaya? Baka naman nakakain ka ng hindi maganda.

Elina: Hindi ko alam. Torta ang kinain ko kaninang agahan, pizza sa tanghalian, at steak naman sa hapunan.

Gerry: Wala namang kakaiba sa nabanggit mo. Anong ginawa mo kahapon?

Elina: Nagpunta ako sa dagat dahil maganda ang panahon at gusto kong magbilad sa araw.

Gerry: Baka naman nasobrahan ka sa araw.

Elina: Pero halos isang oras lang naman ang itinagal ko sa labas.

Gerry: Uminom ka ba ng tubig?

Elina: Hindi masyado...

Gerry: Buong araw kang hindi uminom ng tubig?

Elina: Oo...

Gerry: Baka naman kulang ka na sa tubig.

Elina: Sa tingin mo?

Gerry: Baka. Kapag hindi ka uminom ng tubig at nagbilad ka sa araw, puwede ka talagang matuyuan.

Elina: Anong puwede kong gawin?

Gerry: Sa loob ka lang ng bahay at uminom ng madaming tubig!

Elina: Sige.

NOT FEELING WELL

Elina: Hey, Gerry. I think I'm going to stay home today. I'm not feeling well.

Gerry: Oh, no! What's wrong?

Elina: I have a headache and I feel dizzy. I think I might throw up.

Gerry: Was it something you ate? You might have food poisoning.

Elina: I don't know. I had an omelet for breakfast, pizza for lunch, and a steak for dinner.

Gerry: That doesn't seem like anything unusual. What did you do yesterday?

Elina: Well, I went to the beach because it was such a nice day and I wanted to soak up some sun.

Gerry: Maybe you stayed out in the sun too long.

Elina: But I was only outside for an hour.

Gerry: Did you drink any water?

Elina: Not really.

Gerry: No water all day?

Elina: No...

Gerry: You're probably dehydrated.

Elina: You think?

Gerry: Maybe. If you don't drink water all day and then you stay in the sun for an hour, you can get dehydrated.

Elina: What should I do?

Gerry: Stay inside and drink water!

Elina: Okay.

103

SNOWBOARDING - SNOWBOARDING TRIP (B1)

Samantha: Johnny, handa ka na ba sa unang sakay mo pababa ng bundok?

Johnny: Alam mo, hindi ko alam kung tama ba ito.

Samantha: Ayos lang 'yan!

Johnny: Para lang itong surfing, pero imbis na mga alon, sa niyebe. Hindi ba?

Samantha: Hindi masyado. May mga ilang importanteng bagay na kailangan mong alamin muna.

Johnny: Ngayon mo lang sinasabi sa akin 'yan?

Samantha: Buti nga sinasabi ko pa!

Johnny: Okay, ano ang mga importanteng bagay ang kailangan kong malaman?

Samantha: Una, kailangan mong tandaan na nakakonekta ang paa mo sa board.

Johnny: Tama. Halata 'yan. Hindi ko naman puwede ilakad ang board para lumiko.

Samantha: Buti naman at naiintindihan mo 'yan.

Johnny: Anong kasunod?

Samantha: Hindi ka puwedeng lumiko gamit ang unahan ng board mo. Matutumba ka at tiyak magpapagulong-gulong pababa ng bundok. Hindi masaya 'yun.

Johnny: Naku, hindi talaga!

Samantha: Ang gawin mo, una mong iliko ang balikat mo at saka mo isunod ang hulihang bahagi ng board mo.

Johnny: Okay. Meron pa ba?

Samantha: Wala na. Tara na!

Johnny: Sige. Mauuna ba ako?

Samantha: Sige! Alam kong hindi mo pa kabisado ang daan, pero sundan mo lang ang mga nakasulat para hindi ka maligaw. Nasa likod mo lang ako.

Johnny: Sige, tara na!

SNOWBOARDING TRIP

Samantha: So, Johnny, are you ready for your first ride down the mountain?

Johnny: You know, I'm not so sure this is a good idea.

Samantha: You'll be fine!

Johnny: So, this is just like surfing but instead of waves, it's on snow, right?

Samantha: Not quite. There are a few really important things you need to know first.

Johnny: You're telling me this now?

Samantha: At least I'm telling you!

Johnny: Okay, so what are these few really important things I need to know?

Samantha: First, you have to remember that your feet are connected to your board.

Johnny: Right. That's obvious. I can't walk the board to steer.

Samantha: I'm glad you understand.

Johnny: What's the next thing?

Samantha: You can't really steer with the front of your board. You'll catch an edge and surely tumble down the mountain. That wouldn't be very fun.

Johnny: No, it would not!

Samantha: Instead, lead with your shoulders and use the back end of your board to turn.

Johnny: Okay. Anything else?

Samantha: Nope! Time to go!

Johnny: All right. Should I go first?

Samantha: Sure! I know you don't really know the course yet, but just follow the signs and you should be fine. I will be right behind you.

Johnny: All right, here we go!

104

PAGPIPINTURA NG BAHAY - PAINTING THE HOUSE (B1)

Clark: Anong kulay ng pintura ang ilalagay natin sa sala?

Valentina: Dapat siguro pinturahan natin ng matingkad at masayang kulay, tulad ng berde.

Clark: Berde? Anong klase ng berde?

Valentina: 'Yung mapusyaw na berde?

Clark: Mapusyaw na berde?! Mas ayos pa sa akin ang berde na kakulay ng damo. Pero hindi ko alam kung maganda 'yung mapusyaw. Kung gray kaya?

Valentina: Gray? Parang ang lungkot naman.

Clark: Mukha kayang moderno at malinis ang gray. Heto, tingnan mo ang mga litrato.

Valentina: Hmm... mukhang maganda nga. Kung paghaluin kaya natin ang gray at asul?

Clark: Puwede.

Valentina: Tingnan mo ang litratong ito. Parang ganito.

Clark: Oo, parang gusto ko niyan.

Valentina: Talaga?

Clark: Oo.

Valentina: Wow, nagkakasundo ba talaga tayo rito?

Clark: Parang! Ayan, nakapagdesisyon na tayo sa kulay ng pintura. Kailangan din natin bumili ng iba pang gamit.

Valentina: Oo, tama. Kailangan natin ng pamintura tulad ng mga brush, lalagyan ng pintura, at roller. At saka pala tape.

Clark: Kailangan din natin ng hagdan, 'no?

Valentina: Oo, papahiramin tayo ni Adam ng hagdan.

Clark: Ah, sige. Ayos.

Valentina: Sana maganda ang kalabasan ng kwarto!

Clark: Oo nga. Paano kung pininturahan natin ng buo tapos hindi natin magustuhan?

Valentina: Kailangan lang natin sigurong isugal para malaman.

Clark: Tama. Punta na tayo sa tindahan para bumili ng mga gamit?

Valentina: Tara!

PAINTING THE HOUSE

Clark: What color should we paint the living room?

Valentina: I think we should paint it something bright and interesting, like green.

Clark: Green? What shade of green?

Valentina: Maybe a lime green?

Clark: Lime?! I could handle a sage green or a moss green. But I don't know about lime. What about some kind of grey?

Valentina: Grey? That sounds depressing.

Clark: Grey looks really clean and modern. Here, I'll show you pictures.

Valentina: Hmm... that doesn't look that bad. What about a greyish-blue color?

Clark: That might work.

Valentina: Look at this picture. Something like this.

Clark: Yeah, I kind of like that.

Valentina: Really?

Clark: Yeah.

Valentina: Wow, do we agree on this?

Clark: I think so! All right, so we've decided on the paint color. We need to buy some supplies too.

Valentina: Yes, we do. We need a paint roller and trays and a couple brushes. And some painter's tape.

Clark: We need a ladder too, right?

Valentina: Yeah, Adam is lending us his ladder.

Clark: Oh, okay. Perfect.

Valentina: I hope the room will look good!

Clark: Me too. What if we paint the whole room and then we don't like it?

Valentina: I guess that's a risk we have to take.

Clark: Yep. Want to go to the store and get the supplies?

Valentina: Sure!

105

MAGANDANG PAGLUBOG NG ARAW - A BEAUTIFUL SUNSET (B1)

Susana: Maglakad-lakad tayo sa labas ngayong araw. Ang ganda ng panahon at buong araw lang din naman tayong nakakulong sa bahay.

Paul: Magandang ideya nga 'yan. Doon tayo pumunta sa mga matataas na bato sa Blackson Beach. Makikita natin ang paglubog ng araw doon.

Susana: Sige! Pero dapat umalis na tayo agad. Lulubog na ang araw sa loob ng apatnapung minuto.

Paul: Sige, tara na!

(Papunta …)

Susana: Saan ang pinakamagandang paglubog ng araw ang nakita mo?

Paul: Hmm… madami akong nakita na sobrang gandang paglubog ng araw sa Thailand.

Susana: Ah, talaga? Bakit ka nagandahan?

Paul: Ang daming magagandang kulay sa langit – may kahel, rosas, lila – at syempre maganda talaga ang lahat kapag nasa dagat ka sa Thailand!

Susana: Oo, mukha nga. Sana makapunta ako sa Thailand balang araw!

Paul: Gusto ko nga rin bumalik. Ang daming magagandang lugar at sobrang babait ng mga tao roon. At syempre, ang sarap ng mga pagkain. Mura pa!

Susana: Mag-iipon na talaga ako ng pera.

Paul: Haha, oo!

Susana: Nandito na tayo! Buti umabot tayo. Lulubog na ang araw sa loob ng sampung minuto. Maghanap na tayo ng magandang pwesto para panoorin ito.

Paul: Kung sa bato banda roon?

Susana: Sige, tara na.

Paul: Wow, ang ganda!

Susana: Kasing ganda ba sa Thailand?

Paul: Malapit na! Buti na lang ginawa natin ito, Susana. Dalasan pa natin ito.

Susana: Oo nga. Buwan-buwan tayo pumunta rito para panoorin ang paglubog ng araw!

Paul: Sige!

A BEAUTIFUL SUNSET

Susana: Let's go for a walk today. It's such a beautiful day and we've been cooped up inside all day.

Paul: Good idea. We should go to the cliffs at Blackson Beach. We can catch the sunset there.

Susana: Okay! But we should leave soon. The sun is going to set in forty minutes.

Paul: Okay, let's go!

(On the way...)

Susana: So, what's the most beautiful sunset you've ever seen?

Paul: Hmm... I saw some really beautiful sunsets in Thailand.

Susana: Oh really? Why were they beautiful?

Paul: There were so many amazing colors in the sky—orange, pink, purple—and of course everything is a lot more beautiful when you're on a beach in Thailand!

Susana: Yeah, I bet. I hope I can go to Thailand someday!

Paul: I really want to go back. There were so many beautiful places and the people were so nice. And, of course, the food was amazing. And so cheap!

Susana: I'm going to start saving money.

Paul: Haha, okay!

Susana: We're here! We made it in time! The sun is going to set in ten minutes. Let's find a good spot to watch it.

Paul: What about that rock over there?

Susana: Oh, yes, let's go.

Paul: Wow, it's so beautiful.

Susana: As beautiful as Thailand?

Paul: Almost! This was a good idea, Susana. We should do this more often.

Susana: I agree. Let's come here to watch the sunset at least once a month!

Paul: Okay!

CONCLUSION

CONGRATULATIONS!

You are now ready to face one hundred and five different situations without losing your way with Tagalog! From going on a picnic to finding your missing luggage at the airport, you can now express yourself with so much ease. Who needs a translator when you've got this book with you? This is your ultimate weapon!

While finishing the entire book ultimately calls for a celebration, your journey in Tagalog is far from over. No matter how many times you went over one dialogue, you are bound to forget some bits and pieces.

So, what are you gonna do now?

Take a break

Yes, you read that right! Giving yourself some time to rest is the first thing that you need to do after studying hundreds of Tagalog conversations. This is to allow yourself to create more space for the next phase. Avoid overloading yourself with too much information within a short time. Trust us, language learning is all about proper pacing and never about speed!

Review

Going over and over your course materials is an important part of mastering any language. It is impossible to pick everything up in just one go. Internalize each chapter. Try to relate to everything that you read. There is a difference between learning and just blindly memorizing.

Practice

Your textbook knowledge is as good as nothing if you don't make time to practice it. Find a language partner. If you can't, just practice in front of the mirror. What's important is that you are able to familiarize yourself not only with written Tagalog but also how it is spoken.

Now that we have reached the end, we hope that you will keep that hunger to learn more. Remember, you are now one step closer to being a fluent Tagalog speaker!

Good luck, and see you in our next book!

MORE BOOKS BY LINGO MASTERY

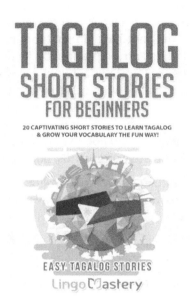

You've decided to learn Tagalog – great choice!

Tagalog, also known as Filipino, isn't an easy language to learn. Mostly due to the absolute lack of reading material out there, you can find it quite tough to learn this language spoken by around 24 million people in the Philippines and around the world.

But we're about to change that with **Tagalog Short Stories for Beginners**! By providing you with 20 easy-to-read, compelling and fun stories that will give you the tools that you require to learn the language, get ready to expand your vocabulary and improve your grasp of the wonderful Filipino tongue.

How Tagalog Short Stories for Beginners works:

- Each chapter possesses a funny, interesting and thought-provoking story based on real-life situations, allowing you to learn a bit more about the Filipino culture.
- Next up, you will find a summary in Tagalog and in English of what you just read, both to review the lesson and for you to see if you

279

understood what the tale was about. Use them if you're having trouble.

- At the end of those summaries, you'll be provided with a list of the most relevant vocabulary involved in the lesson, as well as slang and sayings that you may not have understood at first glance! Don't get lost trying to understand or pronounce it all, either, as all of the vocabulary words are translated for your ease of use!
- Finally, you'll be provided with a set of tricky questions in Tagalog, allowing you the chance to prove that you learned something in the story. Whether it's true or false, or if you're doing the single answer questions, don't worry if you don't know the answer to any — we will provide them immediately afterwards, but no cheating!

We want you to feel comfortable while learning the tongue; after all, no language should be a barrier for you to travel around the world and expand your social circles!

So look no further! Pick up your copy of **Tagalog Short Stories for Beginners** and level up your Tagalog language learning right now!

Find it and more books over at www.LingoMastery.com/tagalog

Made in United States
Orlando, FL
30 July 2023

35604112R00163